# ഗണിതം ഉത്സവമാക്കാം

# Ganitham Ulsavamakkam

T K Kochunarayanan

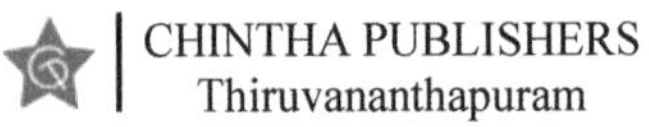 CHINTHA PUBLISHERS
Thiruvananthapuram



*First Edition*
November 2017

*Second Edition*
December 2018

*Third Edition*
March 2020

*Second Impression*
April 2021

*Published & Typesetting*
Chintha Publishers, Thiruvananthapuram


*Cover Design*
Midas

ISBN - 978-93-86637-35-2

CR - SP / 2206 / 5459



Email: chinthapublishers@gmail.com
Website: www.chinthapublishers.com

***Distribution***
**DESHABHIMANI BOOKHOUSE**
H O  Thiruvananthapuram 695035

***Branch***
Head Office Kunnukuzhi • Statue Thiruvananthapuram •
KSRTC Bus Station Thiruvananthapuram
KSRTC Bus Station Alappuzha • KSRTC Bus Station Ernakulam •
Machingal Lane Thrissur • IG Road Kozhikode •
Mavoor Road Kozhikode • NGO Union Building Kannur •
Central Bus Terminal Complex Thavakkara Kannur

# ഗണിതം ഉത്സവമാക്കാം

ടി കെ കൊച്ചുനാരായണൻ

ചിന്ത പബ്ലിഷേഴ്സ്
തിരുവനന്തപുരം-695 035

# ടി കെ കൊച്ചുനാരായണൻ

ശാസ്ത്രസാഹിത്യകാരൻ, ചെറുകഥാകൃത്ത്, ഗ്രന്ഥകർത്താവ്, എഡിറ്റർ, ടി വി അവതാരകനും സംവിധായകനും. ഒറ്റപ്പാലത്തിനു സമീപമുള്ള ഗ്രാമത്തിൽ ജനിച്ചു (1945). ഗണിതത്തിൽ ബിരുദാനന്തരബിരുദം. മലയാളത്തിലെ ആദ്യത്തെ സമ്പൂർണ്ണ വിജ്ഞാനകോശമായ 'വിശ്വ വിജ്ഞാനകോശത്തിൽ' അസി. എഡിറ്ററായി ഔദ്യോഗിക ജീവിതം ആരംഭിച്ചു (1969).

കേരള ഭാഷാ ഇൻസ്റ്റിറ്റ്യൂട്ടിൽ ചേർന്ന് (1973) ആ സ്ഥാപനത്തിൽ നിന്ന് അസി.ഡയറക്ടർ ആയി വിരമിച്ചു (2000). കേരള ഭാഷാ ഇൻസ്റ്റി റ്റ്യൂട്ട് (രണ്ടു തവണ ഭരണസമിതി അംഗം), സി – ഡിറ്റ് (ചീഫ് പ്രൊഡ്യൂ സർ), വൈലോപ്പിള്ളി സംസ്കൃതിഭവൻ (പ്രഥമ വൈസ് ചെയർമാൻ), മാനവീയം സാംസ്കാരിക മിഷൻ (ഭരണ സമിതി അംഗം) എന്നീ നില കളിൽ പ്രവർത്തിച്ചു. കേരള ശാസ്ത്ര സാഹിത്യപരിഷത്തിൽ പ്രസി ദ്ധീകരണ – സംഘടനാ രംഗത്ത് 1969 മുതൽ പ്രവർത്തിച്ചു.

സംസ്ഥാന സർക്കാർ അവാർഡ് ലഭിച്ച (1997) പോപ്പുലർ സയൻസ് ഗ്രന്ഥം (കണക്ക് എരിവും പുളിയും) ഉൾപ്പെടെ 30 ൽപ്പരം ശാസ്ത്ര പുസ്തകങ്ങൾ രചിച്ചു. തിരുവനന്തപുരം ദൂരദർശനുവേണ്ടി പുഴയുടെ മരണത്തെക്കുറിച്ചു നിർമ്മിച്ച അവാർഡ് ലഭിച്ച (1999) ഡോക്യുമെന്ററി (*ഒഴുക്കിന്റെ അശാന്തത*) അടക്കം അരമണിക്കൂർ വീതം ദൈർഘ്യം വരുന്ന 500 ഓളം ശാസ്ത്ര-സാങ്കേതിക-വിദ്യാഭ്യാസ ഡോക്യുമെന്ററി കളുടെ രചന, സംവിധാനം. അരമണിക്കൂർ വീതം ദൈർഘ്യം വരുന്ന 'ഒരു വള്ളുവനാടൻ വർത്തമാനം' എന്ന 50 ൽപ്പരം ദൃശ്യപരമ്പരയുടെ രചനയും സംവിധാനവും (മാർച്ച് 2017 ൽ).

രണ്ട് വിജ്ഞാനകോശങ്ങളുടെ (*കേരള വിജ്ഞാനകോശം, ബാല വിജ്ഞാനകോശം*) ചീഫ് എഡിറ്റർ. ഡെമി നാലിൽ ഒന്നു വലിപ്പത്തിൽ 1000 പേജ് വരുന്ന *കേരള വിജ്ഞാനകോശം* (1987) കേരളത്തെക്കുറിച്ച് ആദ്യത്തെ സമ്പൂർണ്ണ വിജ്ഞാനകോശമാണ്.

*മാതൃഭൂമി, കലാകൗമുദി, മലയാളം, ദേശാഭിമാനി* എന്നീ പ്രസി ദ്ധീകരണങ്ങളിൽ അച്ചടിച്ചുവന്ന കഥകളിൽനിന്നു തെരഞ്ഞെടുത്ത രണ്ട് ചെറുകഥാ സമാഹാരങ്ങൾ (*ഉയരങ്ങളിലെ നോക്കുകുത്തി,* ജൂലൈ 1998, *ചീരാപ്പ് കഥകൾ* ജനുവരി 2005). *പൈതൃകസംരക്ഷണം* മൂന്നാമത്തെ സമാഹാരമാണ് (മാർച്ച് 2017).

നൂറിലധികം വിദ്യാഭ്യാസ പരിപാടികളുടെ (ദൂരദർശനിൽ *കുസൃതിക്കളം,* ഏഷ്യാനെറ്റിൽ *വഴികാട്ടി)* ടി വി അവതാരകൻ.

കാനറ ബാങ്ക് ഓഫീസർ (റിട്ട.) എം ബീന ഭാര്യ. യു എസിൽ എഞ്ചിനീയർമാരായ ടി കെ രാജീവ്, ടി കെ പാർവതി മക്കൾ.

വിലാസം: ഇ-മെയിൽ: kochutk@gmail.com

# പ്രസാധകക്കുറിപ്പ്

**ഒ**രു അംഗീകൃത പാഠപദ്ധതിയുടെ അടിസ്ഥാനത്തിലുള്ള പാഠ്യക്രമമനുസരിച്ചാണ് നമ്മുടെ സ്കൂൾ സമ്പ്രദായത്തിൽ പാഠ പുസ്തകങ്ങൾ തയ്യാറാക്കപ്പെടുന്നത്. അംഗീകൃത യോഗ്യതകൾ ഉള്ള അദ്ധ്യാപകർ അതു പഠിപ്പിക്കുന്നു. കുട്ടികൾ അതു പഠി ക്കുകയും വിവിധ നിലകളിൽ മാർക്കു നേടി വിജയം കരസ്ഥമാ ക്കുകയും ചെയ്യുന്നു. ഇതെല്ലാമായിട്ടും തങ്ങൾ പഠിക്കുന്ന പാഠ ങ്ങളുമായി ബന്ധപ്പെട്ട് അറിഞ്ഞിരിക്കേണ്ടതും പഠിച്ചിരിക്കേണ്ട തുമായ പല അറിവുകളും വിട്ടുപോകുന്നു. പാഠഭാഗങ്ങളിൽ പെട്ടതു തന്നെയും ദുർഗ്രാഹ്യവും വിരസവും ആയതുകൊണ്ട് അവ മനസ്സിൽ പതിയുകയോ അറിവു വളർത്തുകയോ ചെയ്യാതെ പോകുന്നു.

ഇതൊരു കുറവുതന്നെയാണ്. ഈ കുറവ് എങ്ങനെ പരി ഹരിക്കാം. അദ്ധ്യാപകരെന്ന നിലയിൽ സമർത്ഥരും എഴുത്തു കാരുമായ അദ്ധ്യാപകരുടെ കൂട്ടായ്മയെ ഈ വെല്ലുവിളി ഏറ്റെ ടുക്കുവാൻ തയ്യാറാക്കി. അതിന്റെ ഫലമാണ് *സ്കൂൾ പ്ലസ്* എന്ന പുസ്തകപരമ്പര. പാഠപുസ്തകത്തിൽ പകർന്നു കിട്ടുന്ന എല്ലാ അറിവിന്റെയും അനുബന്ധ വിവരങ്ങളാണ് ഈ പുസ്തകങ്ങ ളുടെ ഉള്ളടക്കം. സുഗ്രാഹ്യമായും രസകരമായുമാണ് ഈ പു സ്തകങ്ങൾ രചിക്കപ്പെട്ടിരിക്കുന്നത്. ഓരോ ക്ലാസിലെയും എല്ലാ

കുട്ടികളുടെയും അറിവിന്റെ ചക്രവാളം വികസ്വരമാക്കുവാനും പുതിയ അധികപുസ്തകങ്ങൾ തേടിപ്പിടിച്ചു വായിക്കുവാനും ഈ പുസ്തകപരമ്പര സഹായകമാകും.

ടി കെ കൊച്ചുനാരായണൻ രചിച്ച ഈ പുസ്തകം പ്രധാന മായും ഹൈസ്കൂൾ വിദ്യാർത്ഥികളെ ഉദ്ദേശിച്ച് എഴുതിയ വേറിട്ട ഒരു പുസ്തകമാണ്. ഗണിതത്തിലെ കടങ്കഥ, വിഷമപ്രശ്നം, അപസിദ്ധാന്തം, നേരമ്പോക്ക് മുതലായ വിവിധ കാര്യങ്ങൾ ഇതിൽ ഉൾച്ചേർത്തിരിക്കുന്നു. കണക്കിനെ പ്രിയങ്കരമാക്കാൻ നിശ്ചയമായും ഇതു വായിക്കുക.

ചിന്ത പബ്ലിഷേഴ്സ്

# ഗണിതം ഉത്സവമാക്കാം

## മാത്സ്കോപ്പ്/ഗണിതക്കുഴൽ

മാത്സ്കോപ് (mathescope) എന്ന വാക്കിന് സാധാരണ രീതിയിൽ അന്വേഷിച്ചാൽ നിഘണ്ടുക്കളിലോ മറ്റോ ഒരു പ്രാമാണിക അർത്ഥം കണ്ടെത്തുക സാദ്ധ്യമല്ല. പക്ഷേ, ഒരു പ്രേരിതം അഥവാ ആനുമാനിക അർത്ഥം ഉണ്ടുതാനും. ആ അസാധാരണ കഥയിലേക്ക്.

രസതന്ത്രം (കെമിസ്ട്രി) പഠിക്കുന്നവർ 'മൈക്രോസ്കോപ്പ്' ഉപയോഗിക്കുന്നു. ഭൗതികം (ഫിസിക്സ്) പഠിക്കുന്നവർക്ക് 'ടെലിസ്കോപ്പ്', വൈദ്യവിദ്യാർത്ഥികൾക്കും ഡോക്ടർമാർക്കും 'സ്റ്റെതസ്കോപ്പ്' ഉണ്ട്. ഈ 'സ്കോപ്പുകൾ' എല്ലാം ഭൗതിക വസ്തുക്കൾ ആണ്. അതായത് അവയ്ക്ക് രൂപം ഉണ്ട്. പാവങ്ങളായ ഗണിത വിദ്യാർത്ഥികൾക്ക് (അദ്ധ്യാപകർക്കും) മാത്രം 'ഗമ' കാണിക്കുവാൻ ഒരു "സ്കോപ്പ്" ഇല്ല. ഈ അപമാനം ഇല്ലാതാക്കുവാൻ "മാത്സ്കോപ്പ്" എന്ന സ്വയംഭൂ ഉണ്ടായി അഥവാ ഉണ്ടാക്കി. 'മാത്സ്കോപ്പി'ന് രൂപമില്ല, അതായത് ഇതൊരു ഭൗതികവസ്തു അല്ല. നൂറുശതമാനവും ഒരു സാങ്കല്പിക ഉല്പന്നം.

## ഗണിതക്കുഴൽ ഓർമ്മ

ന്യൂയോർക്കിലെ ഹാമിൽട്ടൺ കോളേജിൽ 20 വർഷം

പഠിപ്പിച്ച ഗണിത പ്രൊഫസർ ചാൾസ് സ്റ്റാൻലി ഒഗിൽവി (Stanley Ogilvy 1913 – 2000) 1956 ൽ ഒരു ഗണിതഗ്രന്ഥം (*Through the Mathescope*) എഴുതി. ഒരു പോപ്പുലർ 'തമാശ' ഗണിത ഗ്രന്ഥം. മറ്റ് 4 ഗണിത പുസ്തകങ്ങൾ (*Tomorrow's Math* 1962; *Excursions in Geometry* 1969; *Excursions in Number Theory* 1988; *Excursions in Mathematics*) കൂടി ഒഗിൽവിയുടേതായുണ്ട്.

'ബുദ്ധിമാനായ കപ്പലോട്ടക്കാരൻ പ്രൊഫസർ' എന്ന പേരിൽ അറിയപ്പെട്ട ഇദ്ദേഹം ക്ഷണികവും ഒരിക്കലും അവസാനിക്കാത്തതുമായ കടൽക്കാറ്റിനെ കാതോർത്തു ഒപ്പം നടന്നു, സ്നേഹിച്ചു. കപ്പലോട്ടത്തെക്കുറിച്ച് ഗ്രന്ഥങ്ങളും രചിച്ചു. ലോകകപ്പലോട്ടമത്സരത്തിൽ മൂന്നാം സ്ഥാനം കരസ്ഥമാക്കിയ (1949 ൽ) ഈ ഗണിത പ്രൊഫസർ സരസനും ആയിരുന്നു. കുറിയ മെലിഞ്ഞ ശരീര പ്രകൃതമുള്ള ബലിഷ്ഠനായ ഈ 'ശക്തിമാൻ' അവിവാഹിതനായിരുന്നു. 2000 ജൂൺ 21 ന് 87-ാം വയസ്സിൽ ഒഗിൽവി അന്തരിച്ചു. 'മാത്സ്കോപ്പ്' എന്ന വാക്കിന്റെ ഉത്ഭവകഥയാണിത്.

ഒരു ഗണിത റിഡിലോടെ (കടങ്കഥ) നമുക്ക് ഈ 'ഗണിതോത്സവം' തുടങ്ങാം.

## Q. If you had 4 apples and 5 oranges in one hand and 6 apples and 7 oranges in the other, what would you have?

## A. Very large hands.

**റിഡിൽ – 1**

**(4 'ഒന്നു'കൾ)**

1 എന്ന സംഖ്യ തന്നിരിക്കുന്നു. ഈ 1 കൊണ്ട് ഉണ്ടാക്കാവുന്ന ഏറ്റവും വലിയ സംഖ്യ 1 തന്നെ എന്ന് നമുക്ക് നിസ്സംശയം പറയാം. രണ്ട് 'ഒന്നുകൾ' ആണ് തന്നിരിക്കുന്നത് എങ്കിൽ ഇവകൊണ്ട് ലഭ്യമാക്കാവുന്ന ഏറ്റവും വലിയ സംഖ്യ 11 എന്നും കുറിച്ചിടാം അല്ലേ? ശരി. മൂന്ന് 'ഒന്നുകൾ' ആണെങ്കിലോ? സംശയമില്ലാതെ പറയാം, ഉത്തരം 111.

ഇനിയാണ് സന്ദർഭാനുസാരമായ അഥവാ യുക്തമായ ചോദ്യം. അന്നേരം 4 'ഒന്നുകൾ' ആണ് തന്നിരിക്കുന്നത് എങ്കിൽ ഇതുകൊണ്ടുണ്ടാക്കാവുന്ന ഏറ്റവും വലിയ സംഖ്യ നിശ്ചയമായും 1111 ആകണമല്ലോ.

ശരി? ഗണിതീയമായി ഇതു പരിശോധിക്കാം.

# Parallel lines have so much in common...

## it's a shame that they'll never meet.

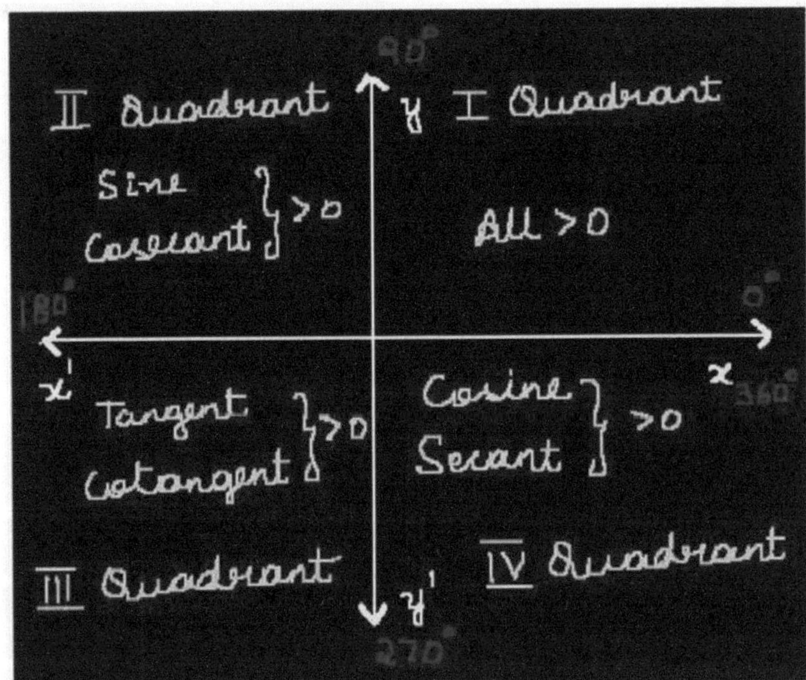

ഇത് "പതിനൊന്ന് ഘാതം പതിനൊന്ന്" അല്ലേ?

അതായത് $= 11 \times 11 \times 11 \times 11 \times 11 \times 11 \times 11 \times 11 \times 11 \times 11 \times 11$

$= (11 \times 11) \times (11 \times 11) \times (11 \times 11) \times (11 \times 11) \times (11 \times 11) \times 11$

$= 121 \times 121 \times 121 \times 121 \times 121 \times 11$

$= 1111$ എന്ന സംഖ്യയേക്കാൾ എത്രയോ ഭീമാകാരനായ സംഖ്യ.

ചുരുക്കത്തിൽ 4 'ഒന്നുകൾ' ഉപയോഗിച്ചു ലഭ്യമാക്കാവുന്ന ഏറ്റവും വലിയ സംഖ്യ 1111 അല്ലേ അല്ല എന്നു നിശ്ചയം.

നാം അന്വേഷിക്കുന്നത് $11^{11}$ തന്നെയാണെന്ന് ഉറപ്പാണോ?

ഇതാ മറ്റൊരു അവകാശി. ക്രമഗുണിതം (ഫാക്ടോറിയൽ) എന്ന ഗണിത ആശയവും ആയി ഒരു പുത്തൻ അവകാശി:-
1111!

$= 1 \times 2 \times 3 \times 4 \times \ldots\ldots\ldots \times 1109 \times 1110 \times 1111$

അന്നേരം 4 'ഒന്നുകൾ' കൊണ്ടുണ്ടാക്കാവുന്ന ഏറ്റവും വലിയ സംഖ്യ 'ഫാക്ടോറിയൽ 1111' അതായത്

1111! എന്നാകുന്നു. ഇനിയും പുതിയ അവകാശികൾ ഉണ്ടാകുമോ?

കാത്തിരിക്കുക എന്നുമാത്രം ഇപ്പോൾ പറയാം. 2, 3 തുടങ്ങിയ സംഖ്യകൾ ഉപയോഗിച്ച് ഇത്തരം റിഡിലുകൾ ഉള്ളത് സ്വയം ശ്രമിച്ചു തൃപ്തിനേടൂ. 3 'ഒമ്പതുകൾ' ഉപയോഗിച്ച് ഉണ്ടാക്കാവുന്ന വലിയ സംഖ്യ ഉണ്ടാക്കൽ ഒരുദാഹരണം.

## ഹിൽബർട്ട് കുസൃതി

19-20 നൂറ്റാണ്ടുകളിൽ ഏറ്റവും സ്വാധീനം ചെലുത്തിയ പ്രാപഞ്ചിക ഗണിതജ്ഞരിൽ പ്രമുഖനാണ് ജർമ്മൻകാരനായ ഡേവിഡ് ഹിൽബർട്ട് (1862 - 1943). ഒരു ഹിൽബർട്ട് കുസൃതിവാക്യമാകട്ടെ അടുത്തത്.

'കടലാസിൽ വരച്ചിട്ട അർത്ഥമില്ലാത്ത അടയാളങ്ങളുടെ സഹായത്തോടെ ചില സരള നിയമങ്ങൾക്കനുസൃതമായി നടത്തുന്ന കളിയാണ് ഗണിതം.'

ഹിൽബർട്ട് അദ്ദേഹത്തിന്റെ ഗ്രന്ഥത്തിൽ (Foundations of Geometry) കർക്കശമായ ജ്യാമിതീയ സ്വയംസിദ്ധാന്തങ്ങൾ ആദ്യമായി അവതരിപ്പിച്ചു (1899 ൽ). യൂക്ലിഡിനു ശേഷം ഹിൽബർട്ടിന്റെ നിരീക്ഷണങ്ങളാണ് ജ്യാമിതിയിൽ ശക്തമായ സ്വാധീനം ചെലുത്തിയത്. പാരീസിൽവെച്ചു നടന്ന അന്തർ ദ്ദേശീയ സമ്മേളനത്തിൽ (1900 ൽ) അദ്ദേഹം 23 പ്രശസ്ത ഗണിത പ്രശ്നങ്ങൾ അവതരിപ്പിച്ചു. 'ഹിൽബർട്ട് പ്രമേയങ്ങൾ' എന്ന പേരിൽ ഇത് വിഖ്യാതമാണ്. ഇരുപതാം നൂറ്റാണ്ടിലെ ഗണിതജ്ഞർ ഈ പ്രമേയങ്ങളുടെ നിർദ്ധാരണത്തിന് അവരുടെ മുഴുവൻ സമയവും നീക്കിവെക്കണം എന്നുകൂടി അദ്ദേഹം അഭിപ്രായപ്പെട്ടു. ഇവയിൽ സിംഹഭാഗം പ്രശ്നങ്ങളും ഇന്നും അനിർദ്ധാര്യങ്ങളാണ്.

വഴിയിൽ കണ്ടുമുട്ടുന്ന ആദ്യത്തെ ആൾക്ക് പറഞ്ഞുമനസ്സിലാക്കി കൊടുക്കുവാൻ സാധിക്കുമെങ്കിൽ മാത്രമാണ് ഒരു ഗണിത ആശയം നിങ്ങൾക്ക് പൂർണ്ണമായും ഉൾക്കൊള്ളുവാൻ സാധിച്ചതായി കരുതാൻ പറ്റൂ എന്നാണ് ഹിൽബർട്ട് പതിവായി പറയുക.

അദ്ദേഹത്തിന്റെ ഒരു വിദ്യാർത്ഥി കവിയാകുവാനായി ഗണിത പഠനം നിർത്തിയതിനോട് ഹിൽബർട്ട് ഇങ്ങനെ പ്രതികരിച്ചു:- "വളരെ നല്ലത്. ഒരു ഗണിതജ്ഞനാകുവാൻ വേണ്ട ഭാവന അദ്ദേഹത്തിന് ഇല്ലാതെപോയി."

## റിഡിൽ 2
## (ദശാംശ ചിഹ്നം)

2, 3 എന്നീ രണ്ടു സംഖ്യകൾ പരിഗണിക്കുക. അത് 2 3 എന്ന രീതിയിൽ (അക്കങ്ങൾക്കിടയിൽ അല്പം സ്ഥലം ഇട്ട്) എഴുതുക. (ഇത് 'ഇരുപത്തിമൂന്ന്' എന്ന സംഖ്യയല്ല എന്നും ഓർക്കുക).

ഈ രണ്ടു സംഖ്യകൾക്കിടയിൽ ഒരു ഗണിത ചിഹ്നമോ പ്രതീകമോ കൊടുക്കുവാൻ നിങ്ങൾക്ക് സ്വാതന്ത്ര്യം ഉണ്ട് എന്നും കരുതുക. തൽഫലമായി കിട്ടുന്ന പുതിയ സംഖ്യ 2 ൽ അധികവും 3 ൽ കുറവും ആകണമെങ്കിൽ ഈ രണ്ടു സംഖ്യകൾക്കിടയിൽ ഏത്

ഗണിത ചിഹ്നം അഥവാ പ്രതീകം ആണ് നല്കേണ്ടത്?

+ കൊടുത്താൽ 2 + 3 = 5. ഇത് നമ്മുടെ നിബന്ധന പാലിക്കുന്നില്ല. മറ്റു ഗണിതചിഹ്ന (പ്രതീകങ്ങൾ) കൊടുത്തു പരിശോധിച്ചു നോക്കിയാലോ? +, –, X, ÷, <, >, = തുടങ്ങിയ ചിഹ്നങ്ങൾ (പ്രതീകങ്ങൾ) ഓർമ്മയിൽ ഓടി എത്തും. ഇവയൊന്നും പ്രതീക്ഷിത ഫലം തരില്ല എന്നും ബോദ്ധ്യപ്പെടും.

ദശാംശചിഹ്നമായാലോ?

അതായത് 2.3 എന്നാകുന്നു അത്. അന്നേരം നിബന്ധനകൾ 'ശരി'യായും വരുന്നു.

2.3 > 2 < 2.3

അതായത് 'ദശാംശ ചിഹ്നം' കൊടുക്കുക (ഉപയോഗിക്കുക) എന്നതാകുന്നു "ശരി"യുത്തരം.

## ദശാംശം

ഏറ്റവും സാധാരണയായി നാം ഉപയോഗിക്കുന്നതാണല്ലോ 10 – ആധാരമായുള്ള സംഖ്യാ സമ്പ്രദായം. ഈ സമ്പ്രദായം

വിവരിക്കുന്നതാണ് 'ദശാംശം'. ദശാംശ സംഖ്യാസമ്പ്രദായത്തിൽ 0, 1, 2, 3, 4, 5, 6, 7, 8, 9 എന്നീ പത്ത് ഏക സംഖ്യകളാണുള്ളത്. ദശാംശസംഖ്യയുടെ പൂർണ്ണ സംഖ്യാ ഭാഗം (integer part) അതിന്റെ ഭിന്നസംഖ്യാ ഭാഗ (fractional part) ത്തെ വേർതിരിക്കുന്ന പ്രതീകം (ചിഹനം) ആണ് 'ദശാംശബിന്ദു'. അംശവും ഛേദവും ആയി ഭിന്നസംഖ്യകൾ എഴുതാതെ ഭിന്നങ്ങൾ എഴുതുവാനുള്ള രീതിയാണ് ദശാംശങ്ങൾ. 7/10 എന്ന ഭിന്നം 0.7 എന്ന ദശാംശമായി എഴുതുന്നു. ദശാംശസംഖ്യ 1 ൽ കുറവാണെങ്കിൽ ദശാംശബിന്ദുവിനു മുമ്പിൽ 'പൂജ്യം' കൊടുക്കുന്നു. അതായത് ഇവിടുത്തെ ഉദാഹരണത്തിൽ .7 എന്നല്ല 0.7 എന്നാണ് എഴുതേണ്ടത്.

## റിഡിൽ 3

### (ലക്ഷ്യം 100)

1 മുതൽ 9 വരെയുള്ള അക്കങ്ങൾ ഇപ്രകാരം എഴുതുക:-
1 2 3 4 5 6 7 8 9

ഇതിൽ +, – എന്നീ ഗണിത ചിഹനങ്ങൾ 6 തവണ പ്രയോഗിച്ചാൽ ഉത്തരം 100 കിട്ടും. ഇങ്ങനെ:-
$12 + 3 - 4 + 5 + 67 + 8 + 9 = 100$

ഇനി പ്രശ്നം

+, – എന്നീ ചിഹനങ്ങൾ 4 തവണമാത്രം ഉപയോഗിച്ച് എങ്ങനെ 100 കിട്ടും?

ഉത്തരം:- $123 + 4 - 5 + 67 - 89 = 100$

ഇതൊരുവഴി. ഇനിയും ഉണ്ടാകാം മറ്റു നിർദ്ധാരണങ്ങൾ അഥവാ 100 ൽ എത്തിച്ചേരുവാനുള്ള വഴികൾ. ശ്രമിക്കൂ.

## റിഡിൽ 4

### (എത്ര കളി!)

ടെന്നീസ് കളിയിൽ സിംഗിൾസ് ചാമ്പ്യൻഷിപ്പിനായി 79 പേർ കളിക്കാനിറങ്ങുന്നു. വിജയിയെ കണ്ടുപിടിക്കുവാൻ എത്ര കളി നടത്തേണ്ടി വരും?

ഉത്തരം:- തലപുകഞ്ഞ് ആലോചിക്കുകയൊന്നും വേണ്ട.

77 പേരെ ഒഴിവാക്കുകയേ വേണ്ടൂ. അതായത് 77 കളികൾ വേണ്ടിവരും.

## 23 ന്റെ വിശേഷങ്ങൾ

23 ന്റെ നാൾവഴികൾ .....................

24 നും 22 നും മദ്ധ്യേവരുന്ന പ്രകൃതസംഖ്യ.

ഒമ്പതാമത്തെ അഭാജ്യസംഖ്യ.

തുടർച്ചയായ അക്കങ്ങളുള്ള ഏറ്റവും ചെറിയ അഭാജ്യം.

രണ്ടുസംഖ്യകളും സംഖ്യകളുടെ തുകയും അഭാജ്യമായ ആദ്യ അഭാജ്യം.

കൊലചെയ്യപ്പെട്ടപ്പോൾ ജൂലിയസ് സീസറിന് ഏറ്റ കുത്തുകൾ 23.

വില്യം ഷേക്സ്പിയർ ജനിച്ചതും (1564) മരിച്ചതും (1616) ഏപ്രിൽ 23 ന്.

കായികപ്രതിഭകളായ മൈക്കൽ ജോർഡാൻ, ഡേവിഡ് ബെക്കാം, സിഡേൻ എന്നിവരുടെ ജഴ്സി നമ്പർ 23 ആണ്.

## 23 എന്ന സംഖ്യയെക്കുറിച്ച ഒരു സാഹിത്യചിന്ത

"..................... ഒരാണിന്റെ ജീവിതത്തിലെ ഏറ്റവും നല്ല കാലം

ഏതാണെന്ന് അറിയാമോ? പഠിച്ചുവച്ചോളൂ! ഇരുപ ത്തിമൂന്ന്? അയാൾക്കതിന് ഒരു വിശദീകരണമു ണ്ടായിരുന്നു. ഇരുപത്തി യഞ്ച് ഒരു വഴിത്തിരി വാണ്. പാകതയിലെത്തിയ ഒരു യുവാവായെന്നു സ്വയം തോന്നും. ഇരുപ ത്തിനാലിൽ അടുത്തെ ത്തിയ വഴിത്തിരിവിനെ തൊട്ടുമുന്നിൽ കാണും. പതിനെട്ടിനും ഇരുപത്തി രണ്ടിനുമിടയ്ക്ക് കൗമാരത്തിന്റെ അംശങ്ങൾ പലതും ബാക്കിനില്ക്കും, ഇരുപത്തിമൂന്ന്."

(മഞ്ഞ് – എം ടി വാസുദേവൻ നായർ)

അഭാജ്യസംഖ്യകൾ പുരുഷ ലക്ഷണമുള്ള വയാ
ണെന്നാണ് വിശ്വാസം. ഏറ്റവും കൂടുതൽ പുരുഷത്വമുള്ളത് 23 ഉം.
പ്രകൃതിയിൽ ഏറ്റവും കൂടുതൽ ഭാഗ്യമുള്ള സംഖ്യകളിൽ
ഒന്നാണത്രെ 23.

## റിഡിൽ 5

## (2 ന്റെ പ്രസക്തി)

'അഞ്ചു' തവണ 2 ഉപയോഗിച്ച് 7
ഉണ്ടാക്കാമോ? സങ്കലനം, വ്യവകലനം,
ഗുണനം, ഹരണം എന്നീ നാല് ഗണിത
ക്രിയകൾ ഈ പട്ടികയിൽ ഉപയോഗിക്കാം.

മുൻകുറിയായി 2 നെക്കുറിച്ച് രണ്ടു
വാക്ക്.

'രണ്ട്' 2 കൾ കൂട്ടിയാലും 'രണ്ട്' 2 കൾ ഗുണിച്ചാലും രണ്ടു
സന്ദർഭത്തിലും ഉത്തരം 4.

അതായത് $2 + 2 = 4 = 2 \times 2$

ഈ ഗുണവിശേഷമുള്ള ഏക മറ്റു സംഖ്യ 'പൂജ്യം' മാത്രം.

അതായത് $0 + 0 = 0 = 0 \times 0$

2 മാത്രമാണ് ഏക ഇരട്ട അഭാജ്യം

ഉത്തരം:- $2 + 2 + 2 + (2/2) = 7$

$\quad\quad\quad 2 \times 2 + 2 + (2/2) = 7$

മറ്റുനിർദ്ധാരണങ്ങൾ കണ്ടുപിടിക്കുവാനും ശ്രമിക്കുമല്ലോ.

## റിഡിൽ 6

## (5, 7, 9)

നാല് 5 കൾകൊണ്ട് 100 ഇപ്രകാരം എഴുതാം:-

$(5 + 5) \times (5 + 5) = 100$

ഇതുപോലെ നാല് 9 കൾകൊണ്ടും 100 ഉണ്ടാക്കാം. ഇതാ:-

$99 \dfrac{9}{9} = 99 + \dfrac{9}{9} = 99 + 1 = 100.$

ഇവിടെ നാല് 7 കൾകൊണ്ട് എങ്ങനെ 100 കിട്ടും എന്നതാണ്
ഈ റിഡിൽ.

ശരി ശ്രമിക്കാം

ഇവിടെ ദശാംശബിന്ദുവിന്റെ സഹായം തേടാം. അന്നേരം ഇങ്ങനെ കിട്ടും:-

$$\frac{7}{.7} = \frac{70}{7} = 10 \text{ ആകയാൽ}$$

$$\left(\frac{7}{.7}\right) \times \left(\frac{7}{.7}\right) = 100$$

## ബീജഗണിത പ്രാർത്ഥന

എമ്മി അവാർഡിനർഹയായ (1991 ൽ) അമേരിക്കൻ എഴുത്തുകാരിയും പത്രപ്രവർത്തകയും ആണ് കോകി റോബർട്ട് (Cokie Robert 1947 – ). *നമ്മുടെ അമ്മമാരുടെ മക്കൾ ആണ് നമ്മൾ* എന്ന അവരുടെ കൃതി (1998) പ്രശസ്തമാണ്.

ബീജഗണിതത്തെ (ആൽജിബ്ര)ക്കുറിച്ചുള്ള അവരുടെ ഉദ്ധരണി ചിന്താദീപ്തമാണ്.

"ബീജഗണിതം പഠിപ്പിക്കുന്നിടത്തോളം കാലം സ്കൂളുകളിൽ ഈശ്വര പ്രാർത്ഥന നിലനില്ക്കും."

## സൈദ്ധാന്തിക കളിവാക്ക്

കണ്ടുപിടിച്ച വ്യക്തിയല്ലാതെ മറ്റാരും വിശ്വസിക്കാത്ത ഒന്നാണ് സിദ്ധാന്തം.

കണ്ടുപിടിച്ച വ്യക്തിയല്ലാതെ മറ്റെല്ലാവരും വിശ്വസിക്കുന്ന ഒന്നാണ് പരീക്ഷണം!

ആൽബർട്ട് ഐൻസ്റ്റീൻ

## ഡ്രൈവർ ഐൻസ്റ്റീൻ

*ആൽബർട്ട് ഐൻസ്റ്റീന്റെ ഡ്രൈവർ, അദ്ദേഹത്തിന്റെ പ്രഭാഷണങ്ങൾ, ഹാളിന്റെ പുറകിലിരുന്ന് എന്നും സശ്രദ്ധം കേൾക്കും, മനസ്സിലാക്കും. ഡ്രൈവറുടെ ഈ രീതി ഐൻസ്റ്റീനും ഇഷ്ടമായിരുന്നു.*

*മറ്റൊരിടത്ത് പ്രഭാഷണത്തിനു ചെന്നപ്പോൾ ഐൻസ്റ്റീന്റെ അനുവാദത്തോടെ ഡ്രൈവർ സ്റ്റേജിൽ കയറി, പ്രസംഗിച്ചു. ഐൻസ്റ്റീൻ ഡ്രൈവറുടെ വേഷത്തിൽ ഹാളിന്റെ ഏറ്റവും പിന്നി*

ലിരുന്ന് പ്രഭാഷണം കേട്ടിട്ട് അതീവ സംതൃപ്തനായി. തന്റെ ഡ്രൈവർ, വ്യക്തതയോടെ സംസാരിച്ചത് സാക്ഷാൽ ഐൻസ്റ്റീനെ അത്ഭുത പ്പെടുത്തി.

പ്രഭാഷണം കഴിഞ്ഞു സദ സ്സിൽനിന്ന് ഒന്നിനു പിറകെ മറ്റൊ ന്ന് എന്ന കണക്കിൽ ചോദ്യങ്ങളും സംശയങ്ങളും ഉയർന്നു.

പ്രഭാഷകൻ, സൗമ്യനായി, സദ സ്സിനെ നോക്കി ഇങ്ങനെ പറഞ്ഞു:- ഇതിന്റെ ഉത്തരം നിസ്സാ രമാണ്. സദസ്സിന്റെ പിന്നിൽ ഇരിക്കുന്ന എന്റെ ഡ്രൈവർ ഇപ്പോൾ ഉത്തരം നല്കും.

## മാഷും കുട്ടിയും

വിദ്യാർത്ഥി:- കഴിഞ്ഞ കൊല്ലം ചോദിച്ച ചോദ്യങ്ങൾ തന്നെയാണ് മാഷേ ഇത്തവണത്തെ പരീക്ഷയ്ക്കും വന്നിരിക്കു ന്നത്.

മാഷ്:- അതുശരി. പക്ഷേ, ഇത്തവണ എല്ലാ ഉത്തരങ്ങളും വ്യത്യസ്തങ്ങളാണ്. ശ്രദ്ധിച്ചില്ലേ.

ആ മാഷ് സാക്ഷാൽ ആൽബർട്ട് ഐൻസ്റ്റീൻ ആയിരുന്നു എന്നതാണ് കൗതുകം. ശാസ്ത്ര സത്യങ്ങൾ മാറിമാറി വരുന്നു എന്നതാണ് ഇവിടെ സൂചന.

## ബീജഗണിതം

മാറിക്കൊണ്ടിരിക്കുന്ന വസ്തുക്കൾ തമ്മിലുള്ള ബന്ധത്തെ വിവരിക്കുവാൻ ഗണിത പ്രസ്താവനകൾ ഉപയോഗിക്കുന്ന ഗണിതശാഖയാണ് ബീജഗണിതം (ആൽജിബ്ര). അജ്ഞാത മായത് കണ്ടുപിടിക്കുവാനുള്ള ഉപാധിയാണിത്. യഥാർത്ഥ ജീവിതത്തിലെ പ്രശ്നങ്ങൾ സമീകരണങ്ങളാക്കി ഇവിടെ നിർദ്ധാരണം നടത്തുന്നു. സംഖ്യക്കുപകരം ലിപി പ്രതിസ്ഥാ പിക്കുന്ന ഗണിതശാഖയാണിത്. വാസ്തവികസംഖ്യ,

മിശ്രസംഖ്യ, മാട്രിക്സ്, സദിശം തുടങ്ങിയവയെല്ലാം ബീജഗണി
തത്തിൽ ഉൾപ്പെടും. അങ്കഗണിത നിയമങ്ങളിൽനിന്നും
ക്രിയകളിൽനിന്നും ആണ് ബീജഗണിതം ഉരുത്തിരിഞ്ഞു
വന്നത്. അങ്കഗണിതത്തിൽ സംഖ്യകളും അവയുടെ +, −, ×, ÷
എന്നീ ക്രിയകളും മാത്രമേ കാണൂ. ബീജഗണിതത്തിൽ ചരങ്ങളെ
പ്രതിനിധാനം ചെയ്യാൻ $x, y, a,$ അഥവാ $b$ എന്നീ പ്രതീകങ്ങൾ
ഉപയോഗിക്കുന്നു. ചരങ്ങളെ ഉൾപ്പെടുത്തി എന്നതാണ്
ബീജഗണിതത്തിന്റെ സവിശേഷത. ഒരാളുടെ 'ചരം' മറ്റൊരാ
ളുടെ 'അചരം' ആകാം എന്നത് ഇതുമായി ബന്ധപ്പെട്ട ഒരു
തമാശ എന്നും ഓർക്കുക.

### പ്ലാറ്റോ പറഞ്ഞു:

പുരാതന ഗ്രീക്ക് തത്ത്വചിന്തകരിൽ പ്രശസ്തനാണ് പ്ലാറ്റോ.
പാശ്ചാത്യലോകത്തെ ആദ്യത്തെ ഉന്നതവിദ്യാകേന്ദ്രമായ
ആഥൻസിലെ 'അക്കാദമി' ആരംഭിച്ചത് ഇദ്ദേഹമാണ്.
അക്കാദമിയുടെ പ്രവേശനകവാടത്തിൽ

'ഗണിതം അറിയാത്തവന് ഇവി
ടെ പ്രവേശനം ഇല്ല' എന്ന് എഴുതി
വെച്ചിരുന്നുവത്രെ.

തത്ത്വചിന്ത, രാഷ്ട്രചിന്ത,
ഗണിതം എന്നീ മേഖലകളിൽ
അദ്ദേഹത്തിന്റെ പഠനവും നിരീ
ക്ഷണവും ഉണ്ടാക്കിയ സ്വാധീനം
ഗണിതത്തിൽ ക്രമനിബദ്ധമായ
ഒരു സമീപനം സ്വീകരിക്കുന്നതിൽ
യുക്ലിഡിന് വെളിച്ചം നല്കി,
അടിത്തറ പാകി.

ചിരിക്കും ചിന്തയ്ക്കും ഇടം
കൊടുക്കുന്ന പ്ലാറ്റോയുടെ സരള
മായ ഒരു ഉദ്ധരണിയാണ് അടുത്തത്.
ഇങ്ങിനെ:-

'ചിലത് പറയുവാൻ ഉള്ളതുകൊണ്ട്' ബുദ്ധിമാനും

'പറയുവാൻ ചിലത് ഉള്ളതുകൊണ്ട്' വിഡ്ഢിയും സംസാരിക്കുന്നു.

## പ്ലാറ്റോ ചിന്തകൾ

പ്ലാറ്റോയുടെ അദ്ദേഹത്തിന്റെ ഭാഷയിൽ ജ്യാമിതി, ലൗകിക വിഷയങ്ങളിൽ തത്ത്വജ്ഞാനിയുടെ മനസ്സിലെ പ്രശ്നങ്ങൾക്ക് ഉത്തരം കണ്ടെത്തുന്നു. ജ്യാമിതിജ്ഞാനം ശാശ്വതമാണത്രെ.

പ്ലാറ്റോയെക്കുറിച്ചു പറഞ്ഞപ്പോൾ രസകരമായ മറ്റുചില വസ്തുതകൾ ഓർമ്മവന്നു. "ജ്യോമട്രി അറിയാത്തവർക്ക് പ്രവേശനമില്ല" എന്ന് തന്റെ അക്കാദമിയുടെ വാതിൽക്കലിൽ എഴുതി വെച്ച ക്രാന്തദർശിയായ പ്ലാറ്റോയുടെ മരണശേഷം എണ്ണൂ റിൽപ്പരം വർഷം ഈ അക്കാദമി വിജ്ഞാനദാഹികളായ ചെറു പ്പക്കാരുടെ പഠനക്കളരിയായിരുന്നു. ഈ ഗ്രീക്ക് ചിന്തകൻ ഗണി തശാസ്ത്രജ്ഞൻ മാത്രമായിരുന്നില്ല. ബി സി നാലാം നൂറ്റാണ്ടിൽ ജീവിച്ചിരുന്ന പ്ലാറ്റോയുടെ പ്രശസ്തകൃതിയാണ് റിപ്പബ്ലിക്. 'ഡയലോഗ്സി'ന്റെ ഒരു ഭാഗം മാത്രമായ ഇതിൽ അദ്ദേഹത്തിന്റെ ആശയങ്ങളുടെ സംക്ഷിപ്തരൂപം ഉണ്ട്. ഇതൊക്കെ വലിയ വലിയ കാര്യങ്ങൾ.

വിശ്വപ്രസിദ്ധനായ പ്ലാറ്റോയുടെ യഥാർത്ഥപേര് മാറ്റൊന്നാ യിരുന്നു. അരിസ്റ്റോക്കിൾസ്. പിന്നീടത് പ്ലാറ്റോ എന്നായതാണ്. അതെങ്ങനെ എന്നല്ലേ? കായികകലയിൽ സമർത്ഥനായിരുന്ന കുട്ടിയുടെ ദൃഢവും സുന്ദരവും പുരുഷലക്ഷണവുമുള്ള ശരീരം കണ്ട് ഗുരുനാഥൻ ഈ ബാലനെ "പ്ലാതോൻ" എന്നു വിളിച്ചു. "പ്ലാതോൻ" എന്നാൽ വിശാലവക്ഷസ്സുള്ളവൻ എന്നത്രെ അർത്ഥം. പ്ലാതോണാണ് പിന്നീട് 'പ്ലാറ്റോ' എന്നായി മാറിയത്. പ്ലാറ്റോ എന്നാൽ തത്ത്വശാസ്ത്രവും തത്ത്വശാസ്ത്രം എന്നാൽ പ്ലാറ്റോ എന്നും ഒരു ചൊല്ലുതന്നെയുണ്ട്. എ എൻ വൈറ്റ്ഹെഡ് പാശ്ചാത്യലോകത്ത് നാളിതുവരെ ഉണ്ടായിട്ടുള്ള എല്ലാ തത്ത്വ ചിന്തകളും പ്ലാറ്റോയുടെ ആശയങ്ങൾക്കു നല്കിയിട്ടുള്ള അടി ക്കുറിപ്പുകൾ മാത്രമാണ് എന്നുവരെ അഭിപ്രായപ്പെട്ടു.

ചിന്തയുടെ രംഗത്ത് തലമുറകളെ ശക്തിയായി സ്വാധീനിച്ച പുരാതന ഗ്രീക്ക് ചിന്തകനാണ് ക്രിസ്തുവിനു ഉദ്ദേശം 400

വർഷം മുൻപു ജീവിച്ച പ്ലാറ്റോ. മറ്റൊരു രീതിയിൽ പറഞ്ഞാൽ സോക്രട്ടീസിന്റെ ശിഷ്യനും അരിസ്റ്റോട്ടിലിന്റെ ഗുരുവും ആണ് പ്ലാറ്റോ. തത്ത്വചിന്ത, രാഷ്ട്രമീമാംസ, ഗണിതം എന്നീ മേഖല കളിലെ അദ്ദേഹത്തിന്റെ പഠനങ്ങൾ പിൽക്കാല മാനവജനതയെ നൂറ്റാണ്ടുകളോളം ആഴത്തിൽ സ്വാധീനിച്ചു.

തത്ത്വശാസ്ത്രത്തിൽ പ്ലാറ്റോയുടെ ഗുരു സോക്രട്ടീസ് ആയി രുന്നുവെങ്കിൽ ഗണിതശസ്ത്രത്തിൽ അദ്ദേഹത്തെ ഏറ്റവും അധികം സ്വാധീനിച്ചത് പൈത്തഗോറസിന്റെ സിദ്ധാന്തങ്ങളാണ്. പൈത്തഗോറസിന്റെ തത്ത്വശാസ്ത്രസംബന്ധമായ സിദ്ധാന്ത ങ്ങൾ പ്ലാറ്റോയിൽക്കൂടിയാണു നമുക്കു മുഖ്യമായും ലഭിക്കുന്ന ത്. പ്രപഞ്ചരഹസ്യ സംഖ്യയിലും രൂപത്തിലും ആണെന്നു പ്ലാറ്റോ വിശ്വസിച്ചു.

വിശ്വസാഹിത്യത്തിലും തത്ത്വചിന്തയിലും സ്ഥിരപ്രതിഷ്ഠ നേടിയിട്ടുള്ള ഒരു കൃതിയാണ് പ്ലാറ്റോയുടെ ഡയലോഗ്സ്. ഈ ഗ്രന്ഥം ഗ്രീക്കിൽനിന്ന് ഇംഗ്ലീഷിലേക്ക് വിവർത്തനം ചെയ്ത ബെഞ്ചമിൻ ജോവാട്ടിന്റെ അഭിപ്രായം ശ്രദ്ധാർഹമാണ്. എല്ലാ ആശയങ്ങളുടെയും ഉറവിടം പ്ലാറ്റോയാണ് – ക്രിസ്തുമതത്തി ന്റേതുകൂടി. സോക്രട്ടീസും സ്നേഹിതന്മാരും തമ്മിൽ നടത്തിയ തത്ത്വശാസ്ത്രവിഷയങ്ങളെപ്പറ്റിയുള്ള സംഭാഷണങ്ങളും വാദ പ്രതിവാദങ്ങളുമാണ് ഡയലോഗ്സ് മുഴുവനും. പ്ലാറ്റോയുടെ തത്ത്വശാസ്ത്രപരമായ ആശയങ്ങൾ സോക്രട്ടീസ് പറയുന്ന രീതി യിലാണ് ലഭിക്കുന്നത്. തന്റെ ആശയങ്ങളുടെ ഉത്തരവാദിത്വം തന്നിൽനിന്നും നീക്കുവാനായിരിക്കുകയല്ല പ്ലാറ്റോ ഈ പ്രതി പാദനരീതി സ്വീകരിച്ചത്. നേരേമറിച്ച് ഒരു ആശയത്തിന്റെ വിവി ധമുഖങ്ങളെ പ്രകാശിപ്പിക്കുവാൻ ആയിരിക്കും. ഇത്തരത്തിലുള്ള ആശയാവതരണംമൂലം സോക്രട്ടീസിന്റെയും പ്ലാറ്റോയുടെയും ആശയങ്ങൾ വേർതിരിച്ചറിയുവാൻ പ്രയാസമാണ്.

## റിഡിൽ 7

### (തനിമ തേടുന്ന 69)

ഈ സംഖ്യ അദ്വിതീയമാണോ? അന്വേഷിക്കാം.

ഒരു സംഖ്യയുണ്ട്. ഇതിന്റെ വർഗ്ഗവും ഘാതവും (ക്യൂബ്)

എടുക്കുക. ഇങ്ങനെ കിട്ടുന്ന 2 സംഖ്യകളിൽ 0 മുതൽ 9 വരെയുള്ള എല്ലാ പത്ത് അക്കങ്ങളും (ഒരക്കം ഒരിക്കൽ മാത്രമേ പ്രത്യക്ഷപ്പെ ടുന്നുള്ളൂ) ഉണ്ട്. നാം അന്വേഷിക്കുന്ന ഈ സംഖ്യ ഏതായിരിക്കും? (സൂചന:- ഇതൊരു രണ്ടക്കസംഖ്യയാണ്).

69 എന്ന രണ്ടക്കസംഖ്യ പരീക്ഷിക്കാം.

അതായത് $69^2 = 4761$ ...................(A)

$69^3 = 328509$

(A) യുടെ വലതുവശത്ത് 4761, 328509 എന്നീ രണ്ടു സംഖ്യകളിൽ 0 മുതൽ 9 വരെയുള്ള പത്ത് അക്കങ്ങളും നിബന്ധനകൾക്കു വിധേയമായി (ഒരക്കം ഒരിക്കൽ) ഉണ്ടുതാനും.

മുകളിലെ ഗുണധർമ്മത്തോടുകൂടി 69 അല്ലാതെ മറ്റൊരു സംഖ്യയും കണ്ടെത്താതിരിക്കുന്നിടത്തോളം 69 അദ്വിതീയം എന്നു പറയുന്നു. തലതിരിച്ചിട്ടാൽ മാറ്റം സംഭവിക്കാത്ത സംഖ്യയുമാണ് 69 എന്നും ഓർക്കാം. 69 ന്റെ വിശേഷങ്ങൾ അവസാനിക്കുന്നില്ല.

## ഗണിത ചിട്ട

ഗണിത ശാസ്ത്രജ്ഞരിൽ അന്തർമ്മുഖരും ബഹിർമുഖരും ഉണ്ട്. ഇവരെ എങ്ങനെ തിരിച്ചറിയാം?

നിങ്ങളോടു സംസാരിക്കുമ്പോൾ സ്വന്തം കാലിലെ ഷൂസിൽ നോക്കുന്നവർ അന്തർമ്മുഖർ. നിങ്ങളുടെ കാലിലെ ഷൂസിലേക്ക് ദൃഷ്ടി പതിപ്പി ക്കുന്നവർ ബഹിർമുഖരും

## റിഡിൽ 8
## (ശതമാനചിന്ത)

75% എന്നതിനെ $\frac{3}{4}$ എന്നെഴുതാമല്ലോ. $58\frac{1}{3}$% എന്നത് ഭിന്നരൂപത്തിൽ (ഛേദം ഏറ്റവും ചുരുക്കിയാക്കി) എങ്ങനെ എഴുതാം?

ഉത്തരം: $\frac{7}{12}$

$$58\frac{1}{3}\% = 58.333 \ldots\ldots\ldots\ldots (\text{നൂറിൽ})$$

അംശവും ഛേദവും 3 കൊണ്ടു ഗുണിച്ചാൽ $\dfrac{175}{300}$

ഇത് ചുരുക്കിയാൽ $\dfrac{7}{12}$

## ഗണിതപുസ്തകങ്ങൾ

ഭൗതികത്തിൽ നോബൽ സമ്മാനം ലഭിച്ച (1957 ൽ) സി എൻ യാങ് ഗണിത പുസ്തകങ്ങളെ വിലയിരുത്തിയത് ഇങ്ങനെ:-

"രണ്ടിനം ഗണിതഗ്രന്ഥങ്ങൾ മാത്രമേ ഉള്ളൂ. ആദ്യ വാചകത്തിനു മപ്പുറം വായിക്കുവാൻ 'തോന്നാത്ത' ആദ്യ ഇനം. ആദ്യപേജിനപ്പുറം വായിക്കുവാൻ 'തോന്നാത്ത' രണ്ടാമത്തെ വിഭാഗം."

(ഈ രണ്ടിനത്തിനും അപവാദമാകട്ടെ *ഗണിതം ഉത്സവമാക്കാം* എന്ന ഈ കൃതി)

ചൈനയിൽ ജനിച്ച അമേരിക്കൻ ഭൗതികശാസ്ത്രജ്ഞനാണ് ചെൻ നിങ് യാങ് (Chen Ning Yang 1922). ലീയുമായി (Tsung - dao - Lee) ചേർന്നാണ് യാങ് ഭൗതികത്തിനായ നോബൽ

സമ്മാനം 1957 ൽ പങ്കിട്ടത്. വിനയവും ഒതുക്കവും ഉള്ള ശാസ്ത്ര ജ്ഞനായ യാങ്. ചിക്കാഗോ സർവ്വകലാശാലയിൽനിന്നാണ് പി എച്ച് ഡി കരസ്ഥമാക്കിയത് (1948 ൽ).

## നേരമ്പോക്ക്

"എപ്സിലോൺ പൂജ്യത്തേക്കാൾ ചെറിയതാണെന്നിരി ക്കട്ടെ."

ഈ പ്രസ്താവനയാണത്രെ ഗണിതത്തിലെ 'ഏറ്റവും ചെറിയ' നേരമ്പോക്ക്. ഗ്രീക്ക് അക്ഷരമാലയിലെ അഞ്ചാമത്തെ അക്ഷരമാണ് 'എപ്സിലോൺ'. ഗണിതത്തിൽ ഏതെങ്കിലും ചെറിയ ധനവസ്തുവെ സൂചിപ്പിക്കുവാൻ 'എപ്സിലോൺ' സാധാരണയായി സ്വീകരിക്കുന്നു. ഗ്രീക്ക് അക്ഷരമാലയിലെ ധാരാളം അക്ഷരങ്ങൾ ഗണിതത്തിൽ തലങ്ങും വിലങ്ങും ഉപയോഗിച്ചുവരുന്നു.

## റിഡിൽ 9
## (വേറിട്ട രീതി)

വ്യത്യസ്തമായി കണക്കാക്കാവുന്ന റിഡിൽ ആണിത്. ശ്രദ്ധിക്കൂ!

45 ൽനിന്ന് 45 എടുത്തുമാറ്റിയാൽ 45 കിട്ടും. എന്തുവഴി? അഥവാ, എന്തുട്രിക്ക് ആണിത്?

1, 2, 3, 4, 5, 6, 7, 8, 9 ഇവയുടെ തുക (=) 45

ഇതുപോലെയാണ്

9, 8, 7, 6, 5, 4, 3, 2, 1 (ഇവകൂട്ടിയാലും തുക) = 45

അന്നേരം

987654321 - 123456789 = 864197532

ഇവിടെ അക്കങ്ങളുടെ തുക പരിഗണിച്ചാൽ

45 - 45 = 45

## ചോദ്യം, ഉത്തരം

ചോദ്യം:- 'കുറയ്ക്കൽ (വ്യവകലനം) എന്നാൽ എന്ത്?'

ഉത്തരം:- 'ഒരാളുടെ പക്കൽ 100 രൂപയുണ്ട്. അത് 2 രൂപയാക്കി നിങ്ങൾ മാറ്റുന്നു. ഇതാണ് വ്യവകലനം'. തമാശ യായി തോന്നാമെങ്കിലും 'ആത്യന്തികസത്യം' ഇതാണല്ലോ.

## അപസിദ്ധാന്തം  (ഫാലസി)

ഇംഗ്ലീഷ് ചരിത്രകാരനായ എഡ്വേർഡ് ഗിബ്ബന്റെ (Gibbon 1737 – 1794) പ്രശസ്ത കൃതിയാണ് 6 വോള്യങ്ങളുള്ള 'റോമാസാമ്രാജ്യത്തിന്റെ തകർച്ചയുടെയും പതനത്തിന്റെയും ചരിത്രം.' അദ്ദേഹത്തിന്റെ ഒരു പ്രസ്താവന:-

"സംഭാവ്യതാ (പ്രോബബിലിറ്റി) സിദ്ധാന്തത്തിന്റെ നിയമങ്ങൾ പൊതുവായി വിലയിരുത്തിയാൽ ശരിയും സവിശേഷമായി നോക്കിയാൽ അയഥാർത്ഥവും ആണ്."

## തീയും ഐസും

കൃഷ്ണൻകുട്ടി എന്ന ശാസ്ത്രജ്ഞന്റെ (സ്റ്റാറ്റിസ്റ്റിഷൻ) ഒര നുഭവം!

കൃഷ്ണൻകുട്ടിയുടെ തല തീച്ചൂളയിൽ വച്ചു. രണ്ടു കാല്പാ ദങ്ങളും വലിയ ഐസ്കട്ടപ്പുറത്തും.

ഇതുകണ്ടുനിന്ന ജനത്തിൽ ഒരു രസികൻ ചോദിച്ചു:-

"എന്താണ് ഇപ്പോഴത്തെ അനുഭവം?"

ശാന്തപ്രകൃതക്കാരനായ നമ്മുടെ കൃഷ്ണൻ കുട്ടി സൗമ്യ നായി മറുപടി കൊടുത്തു:-

"........... ശരാശരി എടുത്തുനോക്കിയപ്പോൾ സുഖം തോന്നുന്നു ........."

*നിങ്ങളുടേതായിരുന്നു ആ തലയും പാദങ്ങളും എങ്കിലോ?*

## സംഭാവ്യത

ഒരു കാര്യം (വിഷയം) സംഭവിക്കുന്നതിനുള്ള സാദ്ധ്യത യാണിത്. ഇത് എല്ലായ്പ്പോഴും 0, 1 എന്നീ സംഖ്യകൾക്കിടയിൽ (രണ്ടു സംഖ്യകളും ഉൾപ്പെട്ട) ഉള്ള സംഖ്യയും ആയിരിക്കും. സാധാരണ പ്രയോഗത്തിൽ ഒരു പ്രത്യേക സംഭവം (സംഭവ ങ്ങൾ) നടക്കുന്നതിനുള്ള സാദ്ധ്യത പഠനമാണ് സംഭാവ്യത എന്നു പറയാം. 0 (അസാദ്ധ്യത) മുതൽ 1 (നിശ്ചയമായും) വരെയുള്ള രേഖീയ സ്കെയിലിൽ ഈ സാദ്ധ്യതാ പഠനം വിവരിക്കുന്നു. ശതമാനക്കണക്കിൽ 0 ത്തിനും 100 ശതമാന ത്തിനും മദ്ധ്യേയും. സംഭാവ്യതയുടെ നിയന്ത്രണത്തിൽ സംഭവങ്ങളെ വിശകലനം ചെയ്യുന്നതിനെ സ്റ്റാറ്റിസ്റ്റിക്സ് എന്നു വിളിക്കും.

## ദുഃഖഗണിതം

ജർമ്മൻ പുരോഹിതനും മതപരിഷ്കർത്താവും പണ്ഡി തനും ആയ മാർട്ടിൻ ലൂഥറുടെ (1483 – 1546) ഗണിതത്തെക്കുറിച്ച് നേരമ്പോക്ക് അഥവാ കുസൃതി നോക്കാം.

മരുന്ന് മനുഷ്യനിൽ 'രോഗം' ഉണ്ടാക്കുന്നു; ഗണിതം അവരിൽ 'സങ്കടം' ഉണ്ടാക്കും. ഈശ്വര ശാസ്ത്രം അവരെ 'പാപി'യാക്കുന്നു.

## ഇനി നമുക്ക് 1 = 2 എന്നു തെളിയിക്കാം!

വഴിതെറ്റിക്കും ഉപപത്തി

$a = b$ എന്നിരിക്കട്ടെ.......................... (1)

$a^2 = ab$ ............................................. (2)

$a^2 + a^2 = a^2 + ab$ ............................ (3)

$2a^2 = a^2 + ab$ ................................... (4)

$2a^2 - 2ab = a^2 + ab - 2ab$ ...................(5)

$2a^2 - 2ab = a^2 - ab$ ........................... (6)

$2(a^2 - ab) = (a^2 - ab)$ .......................(7)

രണ്ടുവശത്തെയും $(a^2 - ab)$ ഒഴിവാക്കുമ്പോൾ

$$1 = 2$$

ഈ ഉത്തരം ശരിയല്ല എന്ന് ഒറ്റയടിക്കു നമുക്ക് വിലയിരു ത്താം. (കാരണം (1) ൽ $a = b$ എന്നു തന്നിരിക്കുന്നു. അതിനാൽ $a^2 - ab = 0$ ആണ്. പൂജ്യംകൊണ്ട് ഹരണം അനുവദനീയം അല്ലല്ലോ).

നമ്മുടെ വഴി തെറ്റിയത് (തെറ്റിപ്പിച്ചത്) എവിടെ എന്നു ബോദ്ധ്യമായില്ലേ!

## റിഡിൽ 10

### (9 ഉം 10 ഉം)

5 ഒമ്പതുകൾകൊണ്ട് 10 ഇങ്ങനെ എഴുതാം:

$$9 + \frac{99}{99} = 10$$

മറ്റുരീതികളിൽ അഞ്ച് 9 കൾകൊണ്ട് 10 ഉണ്ടാക്കാമോ? ഇതാ ചിലത്

$$(1)\quad 9 + 9 - 9 + \left(\frac{9}{9}\right) = 10$$

$$(2)\quad \left(9 + \frac{9}{9}\right) \times \left(\frac{9}{9}\right) = 10$$

$$(3)\quad 9 + \frac{(9+9)}{(9+9)} = 10$$

$$(4)\quad 9 + \frac{(9 \times 9)}{(9 \times 9)} = 10$$

$$(5)\quad \left(\frac{99}{9}\right) - \left(\frac{9}{9}\right) = 10$$

$$(6)\quad 9^{9/9} + \left(\frac{9}{9}\right) = 10$$

$$(7)\quad 9 + \frac{(9/9)}{(9/9)} = 10$$

ഇത്തരം സാദ്ധ്യതകൾ ഇനിയും ഉണ്ടാകാം. ശ്രമിച്ച് ബോദ്ധ്യപ്പെടൂ.

## വിരസ ഗണിതം

അമേരിക്കൻ പത്രപ്രവർത്തകനും ചരിത്രകാരനും കഥാകൃത്തും ആയ ഹെൻറി ബ്രൂക്ക്സ് ആഡംസ് (1838 – 1918)

ഇങ്ങനെ പറഞ്ഞു:-

"സംഗീതജ്ഞർ അല്ലാത്തവർ എല്ലാവരും ബീഥോവൻ അരസികനും വിരസനും മുഷിപ്പനും ആണെന്ന് ഒന്നടങ്കം അഭിപ്രായപ്പെട്ടു.

അതുപോലെ ഗണിതജ്ഞർ അല്ലാത്തവർ ഗണിതം വിരസമെന്നും മുറവിളിയിട്ടു."

## ബീഥോവൻ

*ജർമ്മൻ കമ്പോസറും പിയാനിസ്റ്റും ആയ ബീഥോവൻ (Ludwing Van Beethoven 1770 – 1827) എക്കാലവും ആദരിക്കപ്പെട്ട, ആഘോഷിക്കപ്പെട്ട, സ്വാധീനിച്ച, സംഗീതജ്ഞരിൽ പ്രമുഖനാണ്. പാശ്ചാത്യ സംഗീത ചരിത്രത്തിൽ ക്ലാസിക് കാലഘട്ട ത്തിന്റെയും റൊമാന്റിക് കാലഘട്ട ത്തിന്റെയും മദ്ധ്യേയുള്ള സംക്രമണ കാലത്തെ നിർണ്ണായക കലാപ്രതിഭയാണിദ്ദേഹം. തന്റെ സംഗീതം കേൾക്കുവാൻപോലും സാധിക്കാതെ ബധിരനായ അദ്ദേഹം സംഗീതം കമ്പോസ് ചെയ്തു എന്നത് കലാലോകത്തെ മഹാത്ഭുതങ്ങളിൽ ഒന്നാണ്. അവിവാഹിതനായ അദ്ദേഹം മുപ്പതുവയസ്സുമുതൽ ഭാഗികമായി ബധിരനായി. ദുരന്തത്തിന്റെ വ്യക്തിഗത ജയമാണ് ബീഥോവന്റെ ജീവിതം. "സ്വർഗ്ഗത്തിൽ ഇരുന്ന് ഞാൻ എന്റെ സിംഫണികൾ കേട്ട് ആസ്വദിക്കും" എന്നാ യിരുന്നു ഈ പ്രതിഭയുടെ അവസാന വാക്കുകൾ.*

## റിഡിൽ 11

### (100 ഉണ്ടാക്കുക)

0, 1, 2, 3, 4, 5, 6, 7, 8, 9 എന്നീ 10 അക്കങ്ങൾ തന്നിട്ടുണ്ട്. ഈ അക്കങ്ങൾ (ഒരക്കം ഒരിക്കൽ മാത്രം) വിന്യസിച്ച് കൂട്ടുമ്പോൾ 100 കിട്ടുന്ന എത്ര ഉദാഹരണം കണ്ടെത്താം?

ഉത്തരം

$$1) \quad 9 \times 8 + 7 + 6 + 5 + 4 + 3 + 2 + 1 \qquad = 100$$

$$2) \quad 1\frac{3}{6} + 98\frac{27}{54} + 0 \qquad = 100$$

$$3) \quad 80\frac{27}{54} + 19\frac{3}{6} \qquad = 100$$

$$4) \quad 70 + 24\frac{9}{18} + 5\frac{3}{6} \qquad = 100$$

$$5) \quad 87 + 9\frac{4}{5} + 3\frac{12}{60} \qquad = 100$$

## ഇത് അപകട പദം ആണോ?

*ഗണിതത്തിലെ വ്യക്തിത്വങ്ങൾ* (*Men of Mathematics*) എന്ന ഗണിത ജീവചരിത്രഗ്രന്ഥം എഴുതിയ ബെൽ (E T Bell 1883 – 1960) അഭിപ്രായപ്പെട്ടു "സുവ്യക്തം" (obvious) എന്നതാണ് ഗണിതത്തിലെ ഏറ്റവും അപകടകാരിയായ പദം എന്ന്.

## ഉപപത്തി

*ഗണിതത്തിൽ അംഗീകൃത നിബന്ധനകൾക്കകത്തുനി ന്നുള്ള ബോദ്ധ്യപ്പെടുത്തുന്ന തെളിയിക്കൽ ആണ് ഉപപത്തി. ചില ഗണിത പ്രസ്താവനകൾ അവശ്യം വാസ്തവമാണ് എന്ന് ഇത് (ഉപപത്തി) ഉറപ്പുവരുത്തുന്നു. പ്രേരകം അല്ലെങ്കിൽ അനുഭവസിദ്ധം ആയ വാദഗതികളിൽ നിന്നല്ലാതെ നിഗമന യുക്തിയിൽനിന്നാണ് ഉപപത്തി ലഭ്യമാകുക. അതായത് ഒന്നും ഒഴിവാക്കപ്പെടാതെ എല്ലാ അവസ്ഥകളിലും ഒരു ഉപപത്തി വാസ്തവം ആണ് എന്ന് അസന്ദിഗ്ദ്ധമായി ഉറപ്പുവരു ത്തേണ്ടതുണ്ട്. ഗ്രീസിൽ ക്രിസ്തുവിന് 5-ാം നൂറ്റാണ്ടിൽ ഇത്തരം 'തെളിയിക്കൽ' രീതികൾ ആരംഭിച്ചിരിക്കാം. തെളിയിക്കപ്പെട്ട പ്രസ്താവനയാണ് സാധാരണയായി 'പ്രമേയം' എന്ന പേരിൽ അറിയുന്നത്. റഷ്യൻ ഗണിതജ്ഞനായ വ്ളാഡിമർ ആർനോൾ ഡ് (1939 –) ഉപപത്തിയെക്കുറിച്ചഭിപ്രായപ്പെട്ടത് ഇങ്ങനെ:- "കവിതയ്ക്ക് അക്ഷരം എന്നപോലെയാണ് ഗണിതത്തിന് ഉപപത്തിയും."*

## മാജിക് ഗുണിതം

ഈ ഗുണനത്തിന്റെ രസികത്വം നുകരൂ

111111111 x
111111111
=12345678987654321 .

കാണാൻ, ഓർത്തിരിക്കാൻ ഒക്കെ ഒരു അസാധാരണ ഒതുക്കം

## ഓണക്കാല അവധി

ജ്യോതിശാസ്ത്രജ്ഞനും ഫിസിക്സ് പ്രൊഫസറും കണക്കുമാഷും അവധി ആഘോഷിക്കുവാൻ കേരളത്തിലെ മലയോരത്തിലൂടെ തീവണ്ടിയിൽ യാത്രചെയ്യുന്ന ശുഭ മുഹൂർത്തം!

ഒരുവശം മരങ്ങൾ നിറഞ്ഞമല

മറുഭാഗം പച്ചനെൽപ്പാടം. കൂട്ടിന് മന്ദമാരുതൻ. നയനാനന്ദകരം.

പാടവരമ്പിൽ പുല്ലുതിന്നുകൊണ്ടിരിക്കുന്ന കറുത്ത നിറമുള്ള ആട്ടിൻകുട്ടിയെ തീവണ്ടിയുടെ ജനാലയിലൂടെ ഇവർ മൂവരും കണ്ടു.

പ്രതികരണം പെട്ടെന്ന് ഇങ്ങനെയും ആയിരുന്നു:-

ജ്യോതിശാസ്ത്രജ്ഞൻ:

എന്തുചന്തമുള്ള ആട്. അല്ലേ? കേരളത്തിലെ ആടുകൾ എല്ലാം കറുത്ത നിറത്തിലാണ് എന്തുരസം.

ഫിസിക്സ് പ്രൊഫസർ:

അല്ല. അല്ലേ അല്ല. കേരളക്കരയിലെ ചില ആടുകളുടെ നിറം കറുപ്പാണ്.

കണക്കുമാഷ്:

ശരീരത്തിന്റെ ഒരു ഭാഗത്തിന്റെ നിറം എങ്കിലും കറുപ്പായ, ഒരു ആടെങ്കിലും കേരളത്തിലെ ഒരു നെൽപ്പാടവരമ്പിലെങ്കിലും ഉണ്ട് എന്ന് തിരുത്തിപ്പറയൂ. അതല്ലേ യുക്തിസഹം. ശരി.

എന്തുതോന്നുന്നു?

ചിരിയുടെ ചിന്തയുടെ ഇടയിലെ 'ശരി' എന്തായിരിക്കും?

## റിഡിൽ 12

## (രണ്ടു പ്രശ്നങ്ങൾ)

ഇവിടെ രണ്ടു പ്രശ്നങ്ങൾ ഉണ്ട്. അവ

1) അക്കങ്ങളുടെ ഗുണനഫലത്തിന്റെ ഇരട്ടിയാകുന്ന രണ്ടക്ക സംഖ്യ?

2) അക്കങ്ങളുടെ തുകയുടെ മൂന്നിരട്ടിയാകുന്ന രണ്ടക്ക സംഖ്യ?

ഉത്തരം:-

1) 36

2) 27

## റിഡിൽ 13

## (പ്രായ പ്രശ്നം)

അച്ഛന്റെയും മകന്റെയും വയസ്സുകളുടെ തുക 66. അച്ഛന്റെ പ്രായം കാണിക്കുന്ന സംഖ്യ മകന്റെ പ്രായം തിരിച്ചിട്ട സംഖ്യയാണ്. അവരുടെ വയസ്സുകൾ എത്ര?

ഉത്തരം:-

മൂന്നു സാദ്ധ്യതകൾ കിട്ടിയത് ഇവിടെ കൊടുക്കുന്നു.

(i) 51 ഉം 15 ഉം

(ii) 42 ഉം 24 ഉം

(iii)        60 ഉം 06 ഉം

## $\pi$ പൈ

വൃത്ത പരിധിയും ആ വൃത്ത വ്യാസവും തമ്മിലുള്ള അനുപാതം ആണിത്.

വൃത്തപരിധി ÷ വ്യാസം

$(\pi)$ = 3.14159 .............

= 3.14159265358979323846 ...........

ഗ്രീക്ക് അക്ഷരമാലയിലെ പതിനാറാ

മത്തെ അക്ഷരമാണ്

'പൈ'. ഗണിതത്തിലും ശാസ്ത്രത്തിലും ഗ്രീക്ക് അക്ഷരങ്ങൾ ധാരാളം ഉപയോഗിക്കുന്നു. $\pi$ യുടെ പെട്ടെന്നുള്ള ഏകദേശനം ആയ $\frac{22}{7}$ പൂർണ്ണമായും 'ശരി'യല്ല. ഏതെങ്കിലും രണ്ടു സംഖ്യകളുടെ ഭിന്നതം അല്ല $\pi$. അതായത് ഇതൊരു 'അപരിമേയ' സംഖ്യയാണ്. 'പൈ'യെക്കുറിച്ച് രണ്ട് ഉദ്ധരണികൾ.

(i) സംഖ്യകളുടേതായ പ്രകൃതിസൗന്ദര്യത്തിന്റെ ഇഴകോർക്കുന്ന തീവണ്ടികൾ ആണ് സമീകരണങ്ങൾ എങ്കിൽ ഒരു തീവണ്ടിക്കും 'പൈ' യിൽ സ്റ്റോപ്പ് ഇല്ല. (ii) പ്രേമം (വിവാഹം) 'പൈ'യെപ്പോലെയാണ് - സ്വാഭാവികം, അപരിമേയം അതേസമയം പരമപ്രധാനവും.

## പ്രഹേളിക

ഇപ്പറയുന്ന "പൈ" ഉണ്ടല്ലോ.
എന്താണിത്?
ഈ ചോദ്യത്തിന് 4 വിഭാഗത്തിൽ (ഗണിതം, ഭൗതികം, എഞ്ചിനീയറിങ്, പോഷകാഹാര ശാസ്ത്രം) പെട്ടവർ പറയുന്ന ഉത്തരങ്ങൾ കേൾക്കൂ!

1. എഞ്ചിനീയർ :- പൈ ഏകദേശം 3 ഉം $\frac{1}{7}$ ഉം ആണ്.
2. ഭൗതിക ശാസ്ത്രജ്ഞൻ:- പൈ 3.14159 ആണ്.
3. ഗണിതജ്ഞൻ (തെല്ലിട ആലോചിച്ച ശേഷം:- ഇത് 'പൈ'ക്കു തുല്യം)
4. പോഷകാഹാര വിദഗ്ദ്ധൻ:- സ്വാദിഷ്ടവും ആരോഗ്യം പ്രദാനം ചെയ്യുന്നതുമായ ഒരു ഭക്ഷണം.

## റിഡിൽ 14
## (വർഗ്ഗകുസൃതി)

ഒന്നാംസ്ഥാനത്തുള്ള അക്കത്തിന്റെ വർഗ്ഗം ആയ രണ്ട് രണ്ടക്ക സംഖ്യകൾ?
ഉത്തരം:- 25 ഉം 36 ഉം

## നേരമ്പോക്ക്

യാഥാർത്ഥ്യത്തോടുള്ള ഏകദേശമാണ് തന്റെ സമവാക്യ ങ്ങൾ എന്ന് എഞ്ചിനീയർ കരുതുന്നു.

തന്റെ സമവാക്യങ്ങൾക്കുള്ള ഏകദേശനം ആണ് യാഥാർ ത്ഥ്യം എന്നാണ് ഭൗതിക ശാസ്ത്രജ്ഞന്റെ വിശ്വാസം.

ഗണിതജ്ഞൻ ഇതൊന്നും കാര്യമാക്കുന്നേ ഇല്ല.

## റിഡിൽ 15
## (തിരിച്ചിടൽ)

തിരിച്ചിട്ടാൽ മൂല്യം 20% വർദ്ധിക്കുന്ന രണ്ടക്ക സംഖ്യ ഏത് ഉത്തരം:- 54

## സ്ഥിതിവിവര ശാസ്ത്രം (സ്റ്റാറ്റിസ്റ്റിക്സ്)

വിവരശേഖരണം, അത് അവതരിപ്പിക്കാൻ, അതിന്റെ വിശകലനം വ്യാഖ്യാനം എന്നിവയുമായി ബന്ധപ്പെട്ട ഗണിതശാഖ. വ്യക്തിക ളുടെയോ പരീക്ഷണങ്ങളുടെയോ ഗ്രൂപ്പുമായി ബന്ധപ്പെട്ട സംഖ്യാത്മക ദത്തങ്ങളെ ഫലപ്രദമായി ഉപയോഗപ്രദമാക്കുന്ന ശാസ്ത്രമാണിത്. ഈ വിഷയത്തെ ബന്ധിച്ചു ചില തമാശകൾ:-

ഒരു വിഷയത്തിൽ തീർച്ചയുള്ള, നിശ്ചിതമായ അഭിപ്രായം നിങ്ങൾക്കുണ്ട് എന്നു പറയേണ്ട ആവശ്യം ഇല്ലാത്ത വിഷയ മാണിത്.

തെറ്റായ നിഗമനത്തിൽ ധൈര്യത്തോടെ ചെന്നെത്തുന്ന ക്രമാ നുഗതമായ രീതിയാണ് ലോജിക്. തെറ്റായ നിഗമനത്തിൽ 95% ധൈര്യ ത്തോടെ ചെന്നെത്തുന്ന ക്രമാനുഗതമായ രീതിയാണ് സ്റ്റാറ്റിസ്റ്റിക്സ്.

## വ്യത്യാസം ഇതാണ്

ഗണിതജ്ഞനും ദാർശനികനും തമ്മിൽ എന്താണ് വ്യത്യാസം ......?

.......... ഗണിതജ്ഞന് പ്രവർത്തനത്തിനാവശ്യം കടലാസ്, പെൻസിൽ, ചവറുകൂട ഇവ മാത്രം!

.......... ദാർശനികന് ചവറുകൂടയുടെ ആവശ്യവും ഇല്ല.

## ഗണിതനേരമ്പോക്കുകൾ

♦ പറയുന്നതെന്തെന്നു മനസ്സിലാക്കുകയോ അത് വാസ്ത വമാണെന്ന് ബോദ്ധ്യപ്പെടുകയോ ചെയ്യാത്ത ഒരു വിഷയമാണ് ഗണിതം.

♦ ഗണിതത്തിൽ കണ്ടുപിടിത്തം നടത്തുക, ഗണിതം പഠി പ്പിക്കുക ഈ രണ്ടു കാര്യങ്ങൾക്കുമാത്രമേ ജീവിതം പ്രയോജ നകരമായുള്ളൂ.

♦ ഗ്രീക്ക് മഹാകവിയായ ഹോമറിനേക്കാൾ ഭാവനാശേഷി യുണ്ട് ഗണിതജ്ഞനായ ആർക്കിമിഡീസിന്.

♦ രണ്ടു ബിന്ദുക്കൾ തമ്മിലുള്ള ഏറ്റവും കുറഞ്ഞ നീളം എത്ര എന്ന അന്വേഷണപ്രക്രിയ, അഥവാ ഈ പ്രശ്നനിർദ്ധാര ണത്തിന്റെ ഗവേഷണം ഗണിതത്തിൽ ഇന്നും നടന്നുകൊണ്ടി രിക്കുകയാണ്.

♦ ചർച്ചചെയ്തുകൊണ്ടിരിക്കുന്ന വിഷയം എന്തെന്ന് അറി യാതെ വരുമ്പോൾ ഉപയോഗിക്കുന്നതാണ് ഗണിതത്തിലെ ബീജിയ ചിഹ്നങ്ങളും പ്രതീകങ്ങളും.

♦ നാലിൽ അഞ്ചുപേർക്കും (മറിച്ചാണോ?) ഭിന്നിതം ഒരു കീറാമുട്ടിയാണ്.

♦ ഒരാളുടെ 'അചരം' മറ്റൊരാളുടെ 'ചരം' ആണ്.

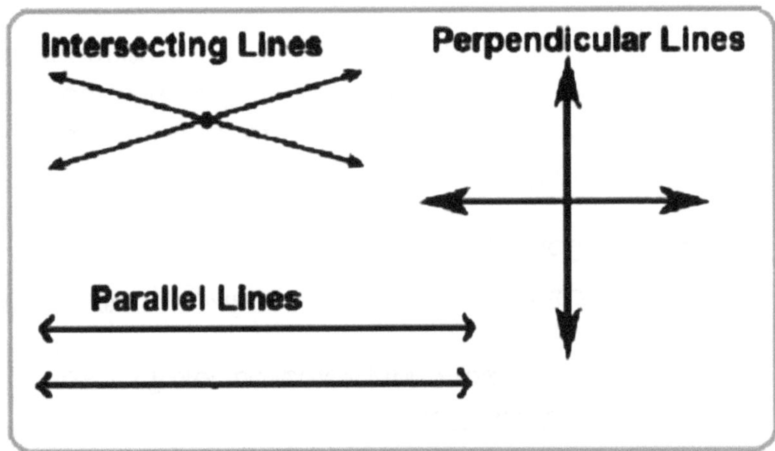

♦ നിങ്ങളുടെ 'പൂജ്യം' എത്രമാത്രം വലുതാണ് എന്നറിയുന്നതും ചിലപ്പോൾ നിങ്ങൾക്ക് ഗുണം ചെയ്യാറുണ്ട്.

♦ ഗണിതം സരളമല്ല എന്നു വിശ്വസിക്കുന്നത് ജീവിതം എത്രമാത്രം സങ്കീർണ്ണമാണ് എന്നു മനസ്സിലാവാത്തതുകൊണ്ടാണ്.

♦ പ്രപഞ്ചത്തെ ദൈവം പൂജ്യംകൊണ്ട് ഹരിച്ചപ്പോൾ ആണ് തമോഗർത്തം (ബ്ലാക്ക് ഹോൾ) ഉണ്ടായതത്രെ.

## റിഡിൽ 16

## (ആ സംഖ്യകൾ ഏത്?)

തിരിച്ചിട്ടു തുക കണ്ടാൽ പൂർണ്ണവർഗ്ഗമാകുന്ന 4 രണ്ടക്ക സംഖ്യ കൾ ഏവ?

ഉത്തരം:- 29 (29 + 92 = 121), 38 (38 + 83 = 121), 47 (47 + 74 = 121), 56 (56 + 65 = 121)

## കുഞ്ഞുകഥ

സ്റ്റാറ്റിസ്റ്റിക്സിനെക്കുറിച്ച് മാർക്ക് ട്വയിൻ:-

മൂന്നുതരം 'നുണക'ൾ ഉണ്ട് (1) നുണകൾ (2) നിന്ദ്യമായ നുണകൾ (3) സ്റ്റാറ്റിസ്റ്റിക്സ്

## മാർക്ക് ട്വയിൻ

അമേരിക്കൻ ഹാസ സാഹിത്യകാരനാണ് മാർക്ക് ട്വയിൻ (1835 – 1910). സാമുവൽ ലാങ്ഹോർ ക്ലെമൻസിന്റെ (Samuel Langhorne Clemens) തൂലികാ നാമമാണിത്. തീക്ഷ്ണമായ ആക്ഷേപഹാസ്യം അദ്ദേഹത്തെ പ്രസിദ്ധനാക്കി. വ്യാപ കമായി ഉദ്ധരിക്കപ്പെടുന്ന എഴുത്തു കാരനാണ് ട്വയിൻ. മരണാനന്തരം അദ്ദേഹത്തിന്റെ കാലഘട്ടത്തിലെ ഏറ്റവും ഘോഷിക്കപ്പെട്ട ഹാസ സാമ്രാട്ടായി ട്വയിൻ വാഴ്ത്തപ്പെട്ടു. നോബൽ സമ്മാനാർഹനായ അമേ

രിക്കൻ കഥാകൃത്ത് വില്യം ഫോക്നർ (1897 – 1962) 'മാർക് ട്വയിൻ അമേരിക്കൻ സാഹിത്യത്തിന്റെ പിതാവ്' എന്നാണ് വിശേ ഷിപ്പിച്ചത്.

## റിഡിൽ 17
## (മൂന്നുകൾ)

ക്രമഗുണിതം (ഫാക്ടോറിയൽ) ഉൾപ്പെടെയുള്ള ഗണിതക്രിയാ ചിഹ്നങ്ങൾ ഉപയോഗിക്കാതെ മൂന്ന് 3 കൾ ഉപയോഗിച്ച് ഏറ്റവും വലിയ സംഖ്യ കണ്ടുപിടിക്കുക?

ഉത്തരം:- 333 ആവില്ല ഇത് എന്നു സുനിശ്ചിതം.
ശരിയുത്തരം 333

## ഫലനം

മൂല്യങ്ങൾ തമ്മിലുള്ള ഒരു വിശിഷ്ട ബന്ധ മാണ് ഫലനം. ഓരോ 'ഇൻപുട്ട്' മൂല്യവും ഒരേഒരു 'ഔട്ട്പുട്ട്' മൂല്യം മാത്രം നല്കും. സാധാര ണയായി ഇതിനെ ("g(x)") എന്ന് എഴുതും. ഇവിടെ

$x$ നാം നല്കുന്ന മൂല്യം. ഉദാഹരണം:-

$f(x) = \dfrac{x}{2}$ ഒരു ഫലനം ആണ്. ഇതിനു കാരണം 'x' ന്റെ

ഓരോ മൂല്യത്തിനും സംഗതമായി $\dfrac{x}{2}$ വിന് മറ്റൊരു മൂല്യം കിട്ടും.

അതായത്
$f(2) = 1$
$f(16) = 8$
$f(-10) = -5$

ഫലനം ഒരു യന്ത്രത്തിനു സമാനമാണ്:- ഒരു 'ഇൻപുട്ടു' 'ഔട്ട്പുട്ടും' ഉണ്ട്. ഡൊമെയ്നിലെ ഓരോ അംഗത്തിനും സംഗതമായി റെയ്ഞ്ചിൽ കൃത്യം ഒരേ ഒരു അംഗം ഉള്ള ബന്ധമാണ് ഫലനം.

ഉദാഹരണം:- (i)  $x^2$ (വർഗ്ഗം കാണാൻ) ഒരു ഫലനമാണ്.
(ii) $(x^3 + 1)$ ലും ഒരു ഫലനമാണ്
(iii) സൈൻ, കൊസൈൻ,
ടാൻജന്റ് ഇവ ത്രികോണമിതിയിൽ
ഉപയോഗിക്കുന്നഫലനമാണ്.

$x$ ന്റ് ഫലനത്തിന് $f(x)$, അധികല്പിത സംഖ്യക്കുള്ള $i$, സ്വാഭാവിക ലോഗരിതത്തിന്റെ ആധാരമായി ഉപയോഗിക്കുന്ന 'e' ഇവയുടെ പ്രയോഗവും ഉപയോഗവും ആയി ബന്ധപ്പെടുത്തി അറിയ പ്പെടുന്ന പ്രധാന പേരാണ് സ്വിസ് ഗണിതജ്ഞനായ ഓയ്ലർ (1707 - 1783).

## വഴിതെറ്റിവന്നവർ

'വഴിതെറ്റിവന്നവർ' ഗണിതചരിത്രത്തിലും ധാരാളമുണ്ട്. അക്കൂട്ടത്തിൽ പ്രമുഖനാണ് ഓയ്ലർ. സ്വിസ് ഗണിതജ്ഞനും ഭൗതികശാസ്ത്രജ്ഞനും ആണ് ഓയ്ലർ (1707-1783). എക്കാല ത്തെയും മികച്ച ഗണിതജ്ഞനാണ് എന്നും വിശേഷിപ്പിക്കപ്പെ ടുന്നു. വൈദികനാകാൻ കുളിച്ചു കുറിതൊട്ട് നോയ്മ്പും നോറ്റി രുന്ന കുട്ടിക്കാലം മാനവിക വിഷയങ്ങൾ പഠിച്ച് ബിരുദങ്ങൾ വാരിക്കൂട്ടിയ ബാല്യം. അവിടെനി ന്നും മുങ്ങാംകുഴിയിട്ടു പൊങ്ങിനോക്കിയപ്പോൾ പതിനെട്ടാം നൂറ്റാണ്ടിലെ ഏറ്റവും തല യെടുപ്പുള്ള ഗണിതജ്ഞൻ എന്ന് വിവരമുള്ളവർ ആർത്തുവി ളിച്ചു. വൈദികനായ പിതാവിന്റെ ഗണിതാഭിമുഖ്യമായിരുന്നു ഓയ്ലറെ വഴിതെറ്റിച്ചുവിട്ട് ഗണിതചരിത്രത്തിലെ പ്രമുഖരുടെ

നിരയിലേക്ക് ചെന്നെത്തിച്ചത്. എണ്ണൂറിലധികം ഗവേഷണ പ്രബന്ധങ്ങൾ പ്രസിദ്ധപ്പെടുത്തിയ ഈ സ്വിസ് ഗണിത ജ്ഞനാണ് പ്രകാശം ഒരു തരം തരംഗമാണെന്നും തരംഗദൈർഘ്യത്തിൽ അധിഷ്ഠിതമാണ് നിറമെന്നും ആദ്യമായി അഭിപ്രായപ്പെട്ടത് സ്വാഭാവികലോഗരിതത്തിന്റെ ആധാരത്തിന് $e$ എന്നും $\sqrt{-1}$ ന് $i$ എന്നും ഫലനത്തിന് $f()$ എന്നും പ്രതീകങ്ങൾ അവതരിപ്പിച്ചതും ഓയ്ലർ തന്നെ.

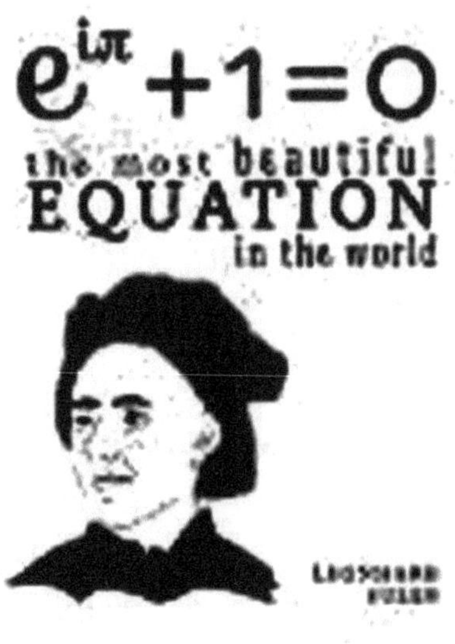



ഗണിതത്തിന്റെ വിവിധ മേഖലകളിൽ ഗഹനമായ സംഭാവന നല്കിയ പ്രതിഭാധനനാണ് ഓയ്ലർ.

## റിഡിൽ 18

## (മറ്റു സംഖ്യകൾ)

12, 60 എന്നീ രണ്ടു സംഖ്യകൾ പരിഗണിക്കുക. ഈ സംഖ്യകളുടെ പ്രത്യേകത നോക്കുക:-

കൂട്ടിക്കിട്ടിയ ഫലത്തിന്റെ (ഇവിടെ 12 + 60 = 72) പത്തിരട്ടിയാണ് ഇവയുടെ ഗുണനഫലം (12 x 60 = 720 = 72 x 10).

ഈ ഗുണധർമ്മത്തോടുകൂടിയ മറ്റു സംഖ്യകൾ കണ്ടുപിടിക്കാമോ?

ഉത്തരം:- ഇതാ രണ്ടുദാഹരണങ്ങൾ

(1) 11 ഉം 110 ഉം

$$11 + 110 = 121$$
$$11 \times 110 = 1210 = 121 \times 10$$

(2)14 ഉം 35 ഉം
$$14 + 35 = 49$$
$$14 \times 35 = 490 = 49 \times 10$$

## വൃത്തം, മരണ മുഹൂർത്തം

പുരാതനകാലത്തെ അതിപ്രശസ്തഗണിതജ്ഞനാണ് ആർ ക്കിമിഡിസ്. മണലിൽ ജ്യാമിതീയ ചിത്രങ്ങൾ വരച്ചുകൊ ണ്ടിരുന്ന അദ്ദേഹത്തെ ഒരു റോമാ ഭടൻ കണ്ടു. അരയിൽ തൂക്കിയിട്ട വാൾ ഉറയിൽ നിന്നൂരി ഭടൻ പാവം ആ വൃദ്ധനെ കൊല്ലുവാൻ ശ്രമിച്ചു. മരണമുഹൂർത്തം തൊട്ടുമുന്നിൽ ഉറഞ്ഞുതുള്ളുന്നതുകണ്ട് ഒരു കൂസലും കൂടാതെ ആർക്കിമി ഡിസ് ധൃതിയോടെ ഇങ്ങനെ പിറുപിറുത്തുവത്രെ.

"ദയവു ചെയ്ത് എന്റെ വൃത്തങ്ങളെ ഉപദ്രവിക്കല്ലേ."

## ഐൻസ്റ്റെനും ഗണിതവും

• *നിങ്ങളുടെ ഗണിത പ്രയാസങ്ങൾ ഓർത്ത് ക്ലേശിക്കരുത്. എന്റേത് ഇതിനേക്കാൾ പ്രയാസകരമാണ്.*

• *ഗണിതനിയമങ്ങൾ യാഥാർത്ഥ്യവുമായി ബന്ധപ്പെട്ടിരി ക്കുന്നിടത്തോളം അവ അനിവാര്യമല്ല. അവ അനിവാര്യ മായിരിക്കുന്നിടത്തോളം യാഥാർത്ഥ്യവുമായി ബന്ധപ്പെ ടുന്നുമില്ല.*

• *ശുദ്ധഗണിതം, അതിന്റേതായ അർത്ഥത്തിൽ, താർക്കിക ആശയങ്ങളുടെ കവിതയാണ്.*

• *രണ്ടെണ്ണമേ അനന്തം ആയുള്ളൂ, പ്രപഞ്ചവും മനു ഷ്യന്റെ മൂഢതയും. ഇതിൽ ആദ്യത്തേതിനെക്കുറിച്ച് ഞാൻ അജ്ഞനാണ്.*

## ഗണിതാകർഷണം

ആൽബർട്ട് ഐൻസ്റ്റെന്റെ സാധാരണ പ്രയോഗത്തിലുള്ള ഒരു സരസ ഉദ്ധരണിയാണ്:

"മനുഷ്യർ പരസ്പരം പ്രണയത്തിലാകുന്നതിന് ഉത്തരവാദി ഭൂഗുരുത്വാകർഷണം അല്ല."

## റിഡിൽ 19

### (അച്ഛനും മകനും)

അച്ഛന്റെയും മകന്റെയും പ്രായവുമായി ബന്ധപ്പെട്ട റിഡിൽ ആണിത്. അച്ഛന്റെ പ്രായം 32 ആയപ്പോൾ മകന് 5 വയസ്സാണ്. മകന്റെ പ്രായത്തിന്റെ പത്ത് മടങ്ങ് പ്രായം എന്ന് അച്ഛനാകും എന്നതാണ് ചോദ്യം.

ഉത്തരം:- x വർഷങ്ങൾക്കു ശേഷം ഈ സ്ഥിതി എത്തും എന്നു കരുതുക. അന്നേരം പുതിയ 2 സമീകരണങ്ങൾ നമുക്കു കിട്ടും. x വർഷത്തിനു ശേഷം

അച്ഛന്റെ പ്രായം $\qquad$ $(32 + x)$

മകന്റെ പ്രായം $\qquad$ $(5 + x)$

ഈ പസിൽ നിബന്ധന അനുസരിച്ച്

$$32 + x = 10 (5 + x)$$

നിർദ്ധാരണം ചെയ്താൽ

$$x = -2$$

അതായത് 2 വർഷം മുമ്പ് മകന്റെ പ്രായത്തിന്റെ പത്തിര ട്ടിയാണ് അച്ഛന്റെ പ്രായം എന്നു ലഭിക്കും.

അതായത് അച്ഛന് 30 വയസ്സായപ്പോൾ മകന് 3 വയസ്സാ യിരുന്നു.

## ആഹ്ലാദ ഗുണനം

ഈ രണ്ടു ഗുണനം ശ്രദ്ധിക്കൂ, ആഹ്ലാദിക്കൂ

1 2 3 4 5 6 7 9 (സംഖ്യ 8 അപ്രത്യക്ഷം) x

9 = 1 1 1 1 1 1 1 1 1 (ഒമ്പത് 1 കൾ)

1 2 3 4 5 6 7 9 (സംഖ്യ 8 അപ്രത്യക്ഷം) x

8 = 9 8 7 6 5 4 3 2 (1 അപ്രത്യക്ഷം)

## റിഡിൽ 20

### (എട്ടക്കസംഖ്യ)

സവിശേഷകതളോടുകൂടിയ 8 അക്കസംഖ്യയാണ് നാം ഇവിടെ അന്വേഷിക്കുന്നത്. ഈ സംഖ്യയിൽ രണ്ട് 1 കൾ, രണ്ട് 2 കൾ, രണ്ട് 3 കൾ, രണ്ട് 4 കൾ ഉണ്ട്. 1 കൾക്കിടയിൽ ഒരക്കം,

2 കൾക്കിടയിൽ രണ്ടക്കങ്ങൾ, 3 കൾക്കിടയിൽ മൂന്നക്കങ്ങൾ, 4 കൾക്കിടയിൽ നാലക്കങ്ങൾ.

ഈ വിശിഷ്ട എട്ടക്കസംഖ്യ ഏത്?

ഉത്തരം:- 41, 312, 432

## കോലാഹല മേട്

സമാന്തരരേഖകൾ അനന്തതയിൽ കൂട്ടിമുട്ടുന്നു എന്നാണല്ലോ നാം പഠിച്ചതും പഠിപ്പിച്ചതും! അന്നേരം ഈ 'അനന്തം' ഇത്തരം രേഖകളുടെ കൂട്ട 'ഇടി' വഴി ശബ്ദമുഖരിതമായ കോലാഹലമേട് ആകുമല്ലോ?

## റിഡിൽ 21
## (സുന്ദര വർഷങ്ങൾ)

1991 കാഴ്ചയ്ക്ക് ചന്തമുള്ള സംഖ്യ. ഇത് സമമിതാണ്. ഇതിന്റെ അഭാജ്യഘടകങ്ങളും സമമിതങ്ങൾ. കൂടാതെ

$$1991 = 11 \times 181$$

ഇത്തരം സംഖ്യകൾ 'പൂർണ്ണ സമമിതം' എന്ന പേരിൽ അറിയപ്പെടുന്നു. ഒരു സമമിതസംഖ്യയുടെ എല്ലാ അഭാജ്യഘടകങ്ങളും സമമിതം ആകുന്നത് അത്യപൂർവ്വമാണ്. ഉദാഹരണമായി,

$$1881 = 11 \times 171$$

പക്ഷേ, $171 = 3 \times 3 \times 19$

1991 ഒരു 'സുന്ദര' വർഷവും ആണ്.

ഇനി നമ്മുടെ റിഡിൽ

1000 ത്തിനുശേഷം എത്രവർഷങ്ങൾ ഇങ്ങനെ 'സുന്ദരവർ ഷങ്ങ'ൾ ആയി ഉണ്ട്?

ഉത്തരം:- താഴെപ്പറയുന്ന വർഷങ്ങൾ മാത്രമേ ഇവിടെ നമ്മുടെ ഈ പട്ടികയിൽ വരികയുള്ളൂ.

$1111 = 11 \times 101$

$1331 = 11 \times 11 \times 11$

$1441 = 11 \times 131$

$1661 = 11 \times 151$

3000 ത്തിനുമുമ്പുള്ള ഇത്തരം 'സുന്ദരവർഷങ്ങൾ'

ഏതൊക്കെ എന്ന് ഒരു അഭ്യാസമായി ശ്രമിക്കൂ.

## സന്തോഷയാത്ര

4599 താഴെപ്പറയുന്ന കാരണങ്ങളാൽ 'സന്തോഷ' സംഖ്യയാ കുന്നു.

ഇങ്ങനെ

$$4599 \longrightarrow 4^2 + 5^2 + 9^2 + 9^2 \qquad = 203$$
$$203 \longrightarrow 2^2 + 0^2 + 3^2 \qquad = 13$$
$$13 \longrightarrow 1^2 + 3^2 \qquad = 10$$
$$10 \longrightarrow 1^2 + 0^2 \qquad = 1$$

ഇവിടെ യാത്ര 1 ൽ അവസാനിക്കുന്നു. അതാണ് 'സന്തോഷ യാത്ര' എന്നു വിളിച്ചതും. ഇങ്ങനെ 1 ൽ അവസാനിക്കാത്ത സംഖ്യകൾ 'സന്താപസംഖ്യകൾ'. 1 മുതൽ 100 വരെയുള്ള സംഖ്യകളിൽ ചില 'സന്തോഷസംഖ്യകൾ' ഇതാ:- 1 ,.... , 23 , 32 ,68 ,79 .....

## ടോപ്പോളജി

*വസ്തുക്കളെ വലിച്ചു നീട്ടിയോ പരത്തിയോ പിരിച്ചോ മറ്റോ രൂപവൈകൃതമാക്കിയാലും കേടു കൂടാതെ നില്ക്കുന്ന ഗുണ ധർമ്മങ്ങളെക്കുറിച്ചുള്ള ഗണിതീയ പഠനമാണ് ടോപ്പോളജി.*

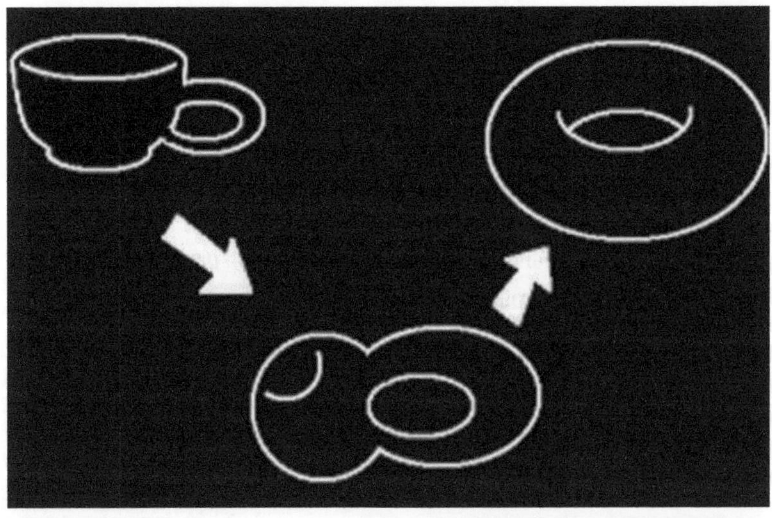

എന്നാൽ വലിച്ചു കീറുകയോ ചീന്തുകയോ അനുവദനീയമല്ല. വലിച്ചു നീട്ടുമ്പോൾ വൃത്താകൃതിയിൽ ആക്കാം എന്നതിനാൽ ടോപ്പോളജികമായി വൃത്തവും എലിപ്സും തുല്യമാണ്. ഇതുപോലെയാണ് ഗോളവും ദീർഘവൃത്തവും (എലിപ് സോയ്ഡ്)

രസക്കയർ:- കാപ്പി (ചായ)ക്കപ്പും വടയും കണ്ടാൽ തിരി ച്ചറിയാത്തവനാണ് ടോപ്പോളജിസ്റ്റ് എന്നത് ഒരു ജനകീയ ചൊല്ലും!

# റിഡിൽ 22

## (പൂജ്യം ഇല്ല)

0 ഇല്ലാത്ത ഒരു 6 അക്ക സംഖ്യ കണ്ടുപിടിക്കണം. നിബന്ധന കൾ:-

1) എല്ലാം വൃത്യസ്ത അക്കങ്ങൾ

2) ഈ സംഖ്യയെ 1, 2, 3, 4, 5, 6 എന്നീ അക്കങ്ങളിൽ ഏതെങ്കിലും ഒരക്കം കൊണ്ടു ഗുണിച്ചാൽ കിട്ടുന്ന ഫലം ഈ 6 അക്കങ്ങൾ ഉള്ള മറ്റൊരു സംഖ്യയാവും.

ഉത്തരം:- 1 4 2 8 5 7

## ഗേഥെ പറയുന്നു:-

ജർമ്മൻ എഴുത്തുകാരനായ ഗോഥെ (1749 – 1832) സാഹിത്യം, ദൈവശാസ്ത്രം തത്ത്വചിന്ത, ശാസ്ത്രം, കവിത, നാടകം എന്നീ വൃത്യസ്ത മേഖലകളിൽ വ്യാപരിച്ച മനുഷ്യപ്പറ്റുള്ള എഴുത്തുകാരനാണ്. ജർമ്മനിയുടെ മികച്ച പ്രതിഭാധനൻ ആയ ഗോഥെയാണ് ലോകം കണ്ട അവസാനത്തെ ബഹുമുഖ വ്യക്തി ത്വം എന്ന് ഇദ്ദേഹത്തെക്കുറിച്ച് ജോർജ് എലിയറ്റ് എന്ന തൂലികാനാ മമുള്ള എഴുത്തുകാരി മേരി ആനി

ഇവാൻസ് (1819 – 1880) അഭിപ്രായപ്പെട്ടു. എന്നാൽ ഗണതജ്ഞ രെക്കുറിച്ച് ഗോഥെ അഭിപ്രായപ്പെട്ടത് ഇപ്രകാരം:-

"നിങ്ങൾ പറയുന്നതെന്തും കേട്ടപാടെ അവരുടെ സ്വന്തം ഭാഷയിലേക്ക് തർജ്ജമ ചെയ്ത് തികച്ചും വിഭിന്നമായ അർത്ഥമുള്ള ഒന്നാക്കിത്തീർക്കുന്ന ഫ്രഞ്ചുകാരെപ്പോലെയാണ് ഗണിതജ്ഞർ."

## റിഡിൽ 23

## (ഗണിതം ആണോ?)

ആദ്യ നോട്ടത്തിൽ ഇതൊരു ഗണിത റിഡിൽ ആയി തോന്നില്ല. എങ്കിലും ഇതിൽ ഒളിഞ്ഞിരിക്കുന്ന രസികത്വം നുകരാം.

11 ന്റെ കൂടെ 2 കൂട്ടിയാൽ 1 കിട്ടും. എപ്പോൾ?

ഉത്തരം:- രാവിലെ 11 മണിക്ക്. അതിന്റെ കൂടെ 2 മണിക്കൂർ കൂട്ടിയാൽ ക്ലോക്കിൽ 1 മണി ആകുമല്ലോ.

## ജ്യോമട്രി ആശാൻ

ഞങ്ങളുടെ ജ്യോമട്രി അദ്ധ്യാപകൻ ചിലപ്പോൾ ന്യൂന (acute) കോണും മറ്റുചിലപ്പോൾ അധി (obtuse) കോണും എന്നാൽ എല്ലായ് പ്പോഴും ശരിയും (right) ആണ്.

## ജ്യോമട്രി

*ദ്വിവിമീയ ത്രിവിമീയ രൂപങ്ങളുടെ ആകൃതി, വലുപ്പം, സ്ഥാനം ഇവയുടെ പഠനമാണ് ജ്യോമട്രി. ദിവസവും മിക്കവാറും എല്ലാവരും ഉപയോഗിക്കുന്ന ജ്യോമട്രിയെ കല, എഞ്ചിനീയറിങ്, സ്പേസ്, കളി, യന്ത്രം തുടങ്ങി എല്ലാ രംഗത്തും കണ്ടുമുട്ടുന്നു.*

## റിഡിൽ 24

## (മൂന്ന് ഒന്നുകൾ)

മൂന്ന് 1 കൾ കൊണ്ടുണ്ടാക്കാവുന്ന ഏറ്റവും വലിയ സംഖ്യ

111.

എങ്കിൽ, ഗണിത ചിഹ്നങ്ങൾ ഒന്നും ഉപയോഗിക്കാതെ 3 ഒന്നുകൾ കൊണ്ടുണ്ടാക്കാവുന്ന ഏറ്റവും ചെറിയ സംഖ്യ ഏത്?

ഉത്തരം:- $1^{11}$

## കളിയല്ല

നിയമങ്ങൾ 'ഇല്ലാ'ത്ത എന്നാൽ 'ലക്ഷ്യ'മുള്ള 'കളി'യാണ് തത്ത്വചിന്ത. ലക്ഷ്യം 'ഇല്ലാ'ത്ത എന്നാൽ നിയമങ്ങൾ ഉള്ള 'കളി'യാണ് ഗണിതം.

## റിഡിൽ 25

## (ആ വർഷം?)

തലതിരിച്ചിട്ടാൽ മാറ്റം സംഭവിക്കാത്തതായ അവസാനത്തെ 'കലണ്ടർ വർഷം' ഏത്?

ഉത്തരം:- 1961

## രസികൻ തുക

4 ഒറ്റസംഖ്യകൾ കൂട്ടി മൂന്നു തരത്തിൽ 10 കിട്ടാം ഇങ്ങനെ:-

1.  $1 + 1 + 3 + 5 \quad = 10$
2.  $1 + 1 + 1 + 7 \quad = 10$
3.  $1 + 3 + 3 + 3 \quad = 10$

**10**

## റിഡിൽ 26
## (വീണ്ടും 100)

5 'ഒന്നു'കൾ ഉപയോഗിച്ചും 5 'അഞ്ചു'കൾ ഉപയോഗിച്ചും 100 ഉണ്ടാക്കാമോ?

ഉത്തരം:-

ഇവിടെ നിർദ്ധാരണം ലളിതമാണ്

a) 5 'ഒന്നു'കൾ ഉപയോഗിച്ച് ഒരു തരത്തിൽ 100 ഇതാ:-

$$111 - 11 = 100$$

b) 5 'അഞ്ചു'കൾ ഉപയോഗിച്ച് രണ്ടുതരത്തിൽ 100 ഇതാ:

i) $(5 \times 5 \times 5) - (5 \times 5) = 100$
ii) $(5 + 5 + 5 + 5) \times 5 = 100$

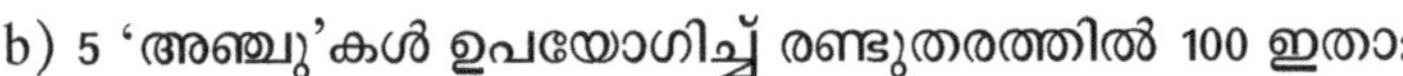

ഇനിയും ഉദാഹരണങ്ങൾ ഉണ്ടാകും.

## നെപ്പോളിയനും ഗണിതവും

ഫ്രാൻസിലെ ചക്രവർത്തിയും മിലിട്ടറി ജീനിയസും എന്ന ഖ്യാതി നേടിയ നെപ്പോളിയൻ ബോണപാർട്ട് മിടുക്കനായ ഗണിതവിദ്യാർത്ഥി കൂടിയായിരുന്നു. സ്കൂൾ വിദ്യാഭ്യാസ കാലത്ത് ഈ ശേഷി തെളി യിക്കപ്പെട്ടതാണ്. മോങ്ഗ് (*Monge 1750 - 1800*), ലാപ്ലാസ്, ലഗ്രാഞ്ച് തുടങ്ങിയ ഗണിതജ്ഞ രുമായി നെപ്പോളിയൻ നല്ല സൗഹൃദം പുലർത്തിയിരുന്നു. നെപ്പോളിയന്റെ പേരിൽ ഗണിതത്തിൽ ഒരു പ്രമേയം ഉണ്ട്. അതാണ്:-

ഒരു ത്രികോണത്തിന്റെ ഓരോ ഭുജ ത്തിലും ആ ത്രികോണത്തിന്റെ പുറ ത്തേക്കായി ഓരോ സമഭുജത്രി

കോണങ്ങൾ വരക്കുമ്പോൾ ഉണ്ടാകുന്ന മൂന്ന് സമഭുജത്രികോ ണങ്ങളുടെയും കേന്ദ്രങ്ങൾ യോജിപ്പിച്ചാൽ കിട്ടുന്നതും സമഭു ജത്രികോണം ആയിരിക്കും.

## റിഡിൽ 27
### (ഭീമൻ)

രണ്ടക്കങ്ങൾ കൊണ്ടുക്കാക്കാവുന്ന ഏറ്റവും വലിയ സംഖ്യ ഏത്?

ഉത്തരം :- 99 എന്നാകാം പെട്ടെന്ന് തോന്നുക. പക്ഷേ, ക്രമ ഗുണിത സാദ്ധ്യത തള്ളിക്കളഞ്ഞാൽ $9^9$ ആണ് ശരിയുത്തരം.

$$9^9 = 9 \times 9 \times 9 \times 9 \times 9 \times 9 \times 9 \times 9 \times 9$$

$$= 387,420,489$$

## രസികൻ തുക കാണൽ

0 മുതൽ 9 വരെയുള്ള പത്തക്കങ്ങളും ഉപയോഗിച്ചുള്ള (ഒരക്കം ഒരിക്കൽ മാത്രം) രസികൻ തുക കാണൽ നോക്കൂ!

1.     $876 + 429 = 1305$
2.     $879 + 426 = 1305$
3.     $859 + 347 = 1206$

ഇനിയും ഉണ്ടാകാം ഇത്തരം രസികന്മാർ

## റിഡിൽ 28
### (ഒമ്പതും നൂറും)

നാല് 9 കൾ ഉപയോഗിച്ച് 100 ഉണ്ടാക്കാമോ?

ഉത്തരം:- 99 9/9

$$99\frac{9}{9} = 99 + \frac{9}{9} = 99 + 1 = 100$$

# MATHS AROUND US

## നേരമ്പോക്ക്

സംഖ്യകൾക്ക് ഘടകങ്ങൾ ഉണ്ടെന്ന് നമുക്കറിയാം ഉദാഹരണമായി

$18 = 2 \times 9$
$15 = 3 \times 5$
$8 = 1 \times 2 \times 4$ അങ്ങനെ അങ്ങനെ

ഘടകങ്ങളുടെ തുക ആദ്യ സംഖ്യതന്നെയാവുന്ന അവസ്ഥകളും ഉണ്ട്. ഉദാഹരണമായി

$6 = 1 \times 2 \times 3$ (1, 2, 3 ഇവ ഘടകങ്ങൾ എന്നാൽ $1 + 2 + 3 = 6$)

ഇത്തരം സംഖ്യകളെ പരിപൂർണ്ണ സംഖ്യകൾ എന്നു പറയും. അതായത് 6 ആണ് ആദ്യ പരിപൂർണ്ണ സംഖ്യ.

അടുത്ത പരിപൂർണ്ണസംഖ്യ 28. കാരണം

1, 2, 4, 7, 14 ആണ് 28ന്റെ ഘടകങ്ങൾ. കൂടാതെ $1 + 2 + 4 + 7 + 14 = 28$.

മൂന്നാമത്തെ പരിപൂർണ്ണൻ 496. അങ്ങനെ പോകും.

## റിഡിൽ 29
## (സോക്സ് പുരാണം)

സോമന്റെ മേശവലിപ്പിൽ 6 നീലയും 6 പച്ചയും സോ ക്സുകൾ ഉണ്ട്. രാവിലെ സ്കൂളിൽ പോകുന്ന നേരം സ്വാഭാ വികമായുണ്ടായ തിരക്കിൽ പെട്ടെന്ന് എത്ര സോക്സുകൾ

അതിൽനിന്ന് തപ്പി എടു ത്താൽ ഒരു ജോഡി ഒരേ നിറത്തിൽ ഉള്ളത് കിട്ടും?

ഉത്തരം :- സോമൻ 3 സോക്സുകൾ എടുത്താൽ ഒരേ നിറത്തിൽ ഉള്ള രണ്ട് സോക്സുകൾ ലഭ്യമാകും.

## ഉദ്ധരണി

പ്രശസ്ത ഭാരതീയ ഗണിത ജ്ഞ ന ാ ണ് ശ്രീനിവാസരാമാനുജൻ (1887 – 1920), ഇംഗ്ലീഷ് ഗണിതജ്ഞനും ഗ്രന്ഥകർത്താവും ആയ ജി എച്ച് ഹാർഡി (1877 – 1947) ഇദ്ദേഹത്തിന്റെ അടുത്ത സുഹൃത്തുമായിരുന്നു. ഹാർഡിയുടെ കൃതി (*A mathemtician's apology*) സാധാര ണക്കാർക്കു രസിക്കുവാൻ പാകത്തിൽ ഗണിതത്തിന്റെ അന്തഃ സത്ത പ്രതിപാദിക്കുന്ന മികച്ച രചനയാണ്. ശ്രീനിവാസ രാമാനുജനിലെ ഗണിത പ്രതിഭയെ കണ്ടെത്തി ശാസ്ത്രലോക ത്തിനു പരിചയപ്പെടുത്തിക്കൊടുത്താണ് തന്റെ ഏറ്റവും വലിയ സംഭാവന എന്ന് ഹാർഡി അവകാശപ്പെട്ടിട്ടുണ്ട്.

രാമാനുജന്റെ അസുഖമന്വേഷിച്ച് ആശുപത്രിയിൽ ചെന്നു കണ്ട ഹാർഡി യുമായുള്ള സംഭാഷ ണത്തിൽനിന്ന് :-

"ഞാൻ ഈ ആ ശുപത്രിയിൽ വന്ന ടാ ക്സിക്കാറിന്റെ നമ്പർ ഒരു പ്രത്യേകതയും ഇല്ലാത്ത 1729 ആണെ"

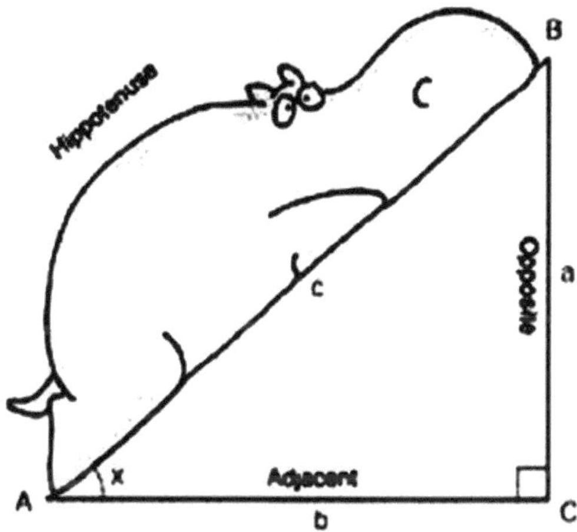

# Fermat's Last theorem

*There are no three positive integers*
*x, y, and z for which*

$$x^n + y^n = z^n$$

*for any integer n > 2*

ന് ഹാർഡി രാമാനുജനോട് സാന്ദർഭികമായി പറഞ്ഞു.

രോഗം ബാധിച്ച് അതീവ അവശനായി കിടക്കുന്ന രാമാനുജൻ കിടക്കയിൽ കിടന്നുകൊണ്ടുതന്നെ ഊർ ജ്ജസ്വലനും വാചാലനും ആയി ഇപ്രകാരം മറുപടി :-

"അയ്യോ അല്ലേ അല്ല. 1729 സരസൻ സംഖ്യതന്നെയാണ്. രണ്ടു വ്യത്യസ്ത തരത്തിൽ രണ്ടു ക്യൂബുകളുടെ തുകയായി എഴുതാവുന്ന ഏറ്റവും ചെറിയ സംഖ്യയാണിത്."

അതായത് $1729 = 12^3 + 1^3 = 12 \times 12 \times 12 + 1 \times 1 \times 1 =$
$$= 10^3 + 9^3 = 10 \times 10 \times 10 + 9 \times 9 \times 9$$

എങ്ങനെയുണ്ട് ഈ കുഞ്ഞിക്കഥ?

## റിഡിൽ 30
## (വർഗ്ഗവും ഘനവും)

ഒരു സംഖ്യയുടെ വർഗ്ഗത്തിനോട് 1 കൂട്ടിയാലും മറ്റൊരു സംഖ്യ യുടെ ഘനത്തിൽനിന്ന് 1 കുറച്ചാലും കിട്ടുന്ന ആ രണ്ടക്ക സംഖ്യ ഏത്?

ഉത്തരം :– 26

(കാരണം $26 = 5^2 + 1$, $26 = 3^3 - 1$)

## വർഗസങ്കലന ഭംഗി

$$42^2 + 58^2 + 63^2 = 24^2 + 85^2 + 36^2$$
$$43^2 + 52^2 + 68^2 = 34^2 + 25^2 + 86^2$$
$$43^2 + 58^2 + 62^2 = 34^2 + 85^2 + 26^2$$
$$48^2 + 52^2 + 63^2 = 84^2 + 25^2 + 36^2$$
$$48^2 + 53^2 + 62^2 = 84^2 + 35^2 + 26^2$$

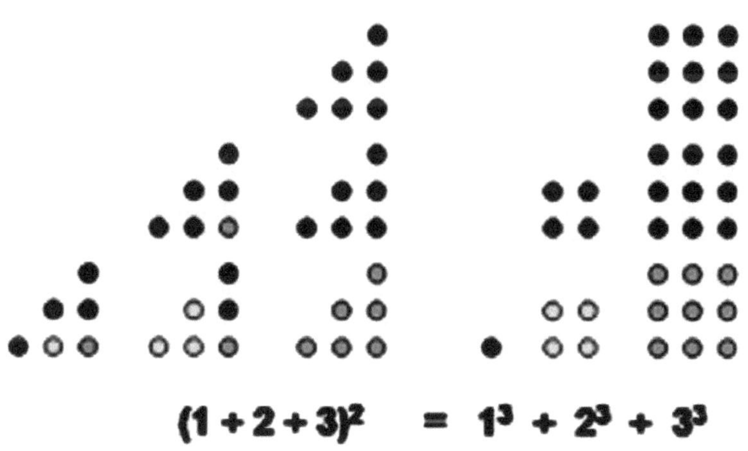


## ഭിന്നിതം

സംഖ്യകളുടേയും ചരങ്ങളുടേയും അംശബന്ധം (അനുപാതം) ആണ് ഭിന്നം (ഭിന്നിതം) എന്നു നിർവ്വചിക്കാം. കുറേക്കൂടി ലളിതവല്ക്കരിച്ചു പറഞ്ഞാൽ 'മുഴുവന്റെ'

'ഭാഗം' ആണിത്. 3/4 എന്ന ഭിന്നത്തിൽ ചേദമായ 4, നാലുഭാഗങ്ങൾ ചേർന്നാൽ 'മുഴുവൻ' ആയും എന്നും ഇതിൽ 3 ഭാഗമാണ് നാം ഉദ്ദേശിക്കുന്നത് (അർത്ഥമാക്കുന്നത്) എന്നു സൂചിപ്പിക്കും. ഭിന്നത്തിന്റെ ചേദം ഒരിക്കലും 'പൂജ്യം' ആകരുത്.

$$\frac{5}{8}, \frac{\sqrt{5}}{3}, \frac{x-3}{2x+5}$$

ഇവ ഭിന്നത്തിന്റെ ഉദാഹരണങ്ങൾ ആണ്.

പ്രശസ്ത റഷ്യൻ എഴുത്തുകാരനായ ലിയോ ടോൾസ്റ്റോയ് (1828 – 1910) ഭിന്നിതത്തിന് രസകരമായ അദ്ദേഹത്തിന്റെ വ്യാഖ്യാനം കൊടുക്കുന്നത് ഇപ്രകാരമാണ്:-

'മനുഷ്യൻ ഭിന്നിതത്തിനു സമാനമാണ്. അയാൾ എന്താണോ അതാണ് അംശം. അയാൾ തന്നെക്കുറിച്ച് വിലയിരുത്തുന്നത് എങ്ങനെ യാണ് എന്നത് ചേദം. ചേദം വലുതാകുംതോറും ഭിന്നിതം ചെറുതായി തീരുന്നു.'

## റിഡിൽ 31
### (ഒറ്റനോട്ടം)

(1) 5, 673;  (2) 4, 913;  (3) 5, 831; (4) 5, 784

എന്നീ നാലു സംഖ്യകൾ ഉണ്ട്. ഒരെണ്ണം പ്രസ്തുത സംഖ്യയുടെ അക്കങ്ങൾ കൂട്ടിയാൽ കിട്ടുന്ന തുകയുടെ ക്യൂബ് (ഘനം) ആണ്. ആ സംഖ്യ ഏതെന്ന് ഒറ്റനോട്ടത്തിൽ പറയുക

ഉത്തരം :- $4, 913$

കാരണം $4 + 9 + 1 + 3 = 17$

$$17^3 = 4, 913$$

## നേരമ്പോക്ക്

ഉയർന്ന ക്ലാസ് മുറിയിലെ ബോർഡിൽ ഒരു മിടുക്കൻ താഴെ കാണുന്നത് ഒഴിവുസമയത്ത് കലാപരമായി എഴുതിയിട്ടു.

1 ന്റെ ഉയർന്ന മൂല്യങ്ങൾക്ക് $1 + 1 = 3$

## റിഡിൽ 32

## (മറ്റ് സാദ്ധ്യത?)

ഒരേ മൂന്ന് അക്കം ഉപയോഗിച്ച് 24 ഇങ്ങനെ എഴുതാം:-

$$8 + 8 + 8 = 24$$

മറ്റു രീതികൾ ഉണ്ടോ?

ഉത്തരം :- ഉണ്ട്. ഇതാ രണ്ടു രീതികൾ. ഇത്തരം സാദ്ധ്യതകൾ

ഉണ്ടോ എന്നും ശ്രമിക്കൂ.

(i)  $22 + 2 = 24$

(ii)  $3^3 - 3 = 24$

## സ്ഥാനവില

84 പോലുള്ള സംഖ്യകൾക്ക് രണ്ട് അക്കങ്ങൾ ഉണ്ട്. ഓരോന്നിനും വ്യത്യസ്ത സ്ഥാനവിലയാണ്. ഇടത്തുള്ള 8 പത്താം സ്ഥാനത്തുകിടക്കുന്നു. അതായത് അവിടെ 8 പത്തുകൾ ഉണ്ട് എന്നു ധരിക്കണം – ഒന്നാം സ്ഥാനത്താണ് 4. അതായത് 84 ൽ 10 ന്റെ 8 സെറ്റും

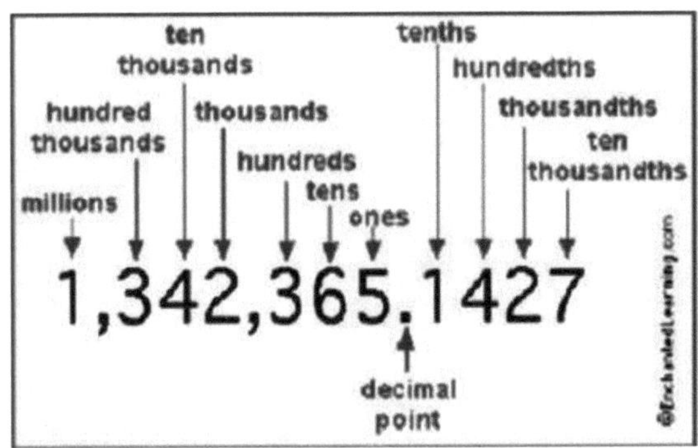


4 ഒന്നുകളും ഉണ്ട് എന്നർത്ഥം.

## ക്ലാസ് മുറി തമാശ

മാഷും കുട്ടിയും തമ്മിലുള്ള ചോദ്യോത്തരം നോക്കാം :-

മാഷ് :-7 തവണ 6 എത്ര?

കുട്ടി :- 42

മാഷ് :- (സന്തോഷത്തോടെ) മിടുമിടുക്കൻ. അന്നേരം 6 തവണ 7 എത്ര എന്നു പറയാമോ?

കുട്ടി :- (പെട്ടെന്ന്) 24

## റിഡിൽ 33

## (ഏകൻ)

ഒരേ സമയം വർഗ്ഗവും (സ്ക്വയർ) ഘനവും (ക്യൂബ്) ആയ ഏക മൂന്നക്ക സംഖ്യയുണ്ട്. ഏത്?

ഉത്തരം :- 729

$729 = 27^2 = 9^3$

(മൂന്നക്ക സംഖ്യ എന്നാൽ 100 നും 999 നും ഇടയ്ക്കുള്ള സംഖ്യ)

## മറ്റൊരു നേരമ്പോക്ക്

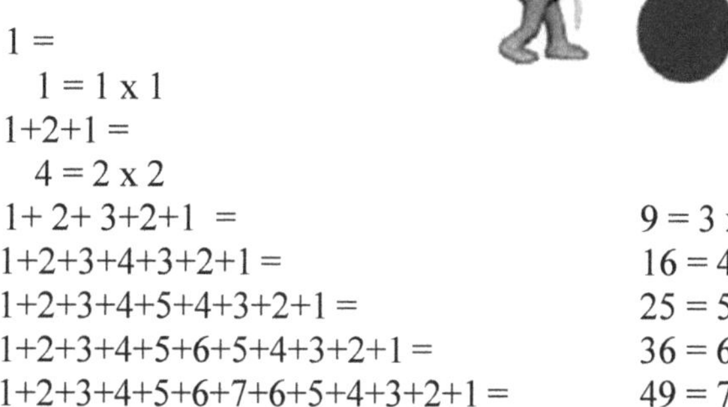

$$1 =$$
$$1 = 1 \times 1$$
$$1+2+1 =$$
$$4 = 2 \times 2$$

| | |
|---|---|
| $1+2+3+2+1 =$ | $9 = 3 \times 3$ |
| $1+2+3+4+3+2+1 =$ | $16 = 4 \times 4$ |
| $1+2+3+4+5+4+3+2+1 =$ | $25 = 5 \times 5$ |
| $1+2+3+4+5+6+5+4+3+2+1 =$ | $36 = 6 \times 6$ |
| $1+2+3+4+5+6+7+6+5+4+3+2+1 =$ | $49 = 7 \times 7$ |

## റിഡിൽ 34

## (എത്ര സമയം വേണം)

100 വാര നീളത്തിലുള്ള റിബ്ബൺ റോൾ ഒരോ വാര നീളത്തിൽ മുറിച്ച് 100 കഷണങ്ങളാക്കണം. ഒരു കഷണം മുറിച്ചെടുക്കുവാൻ 3 സെക്കന്റ് സമയം വേണം. നിർത്താതെ തുടർച്ചയായി ജോലി ചെയ്താൽ ഇത് 100 കഷണങ്ങളാക്കി മുറിച്ചു മാറ്റുവാൻ മൊത്തം എത്രസമയം വേണ്ടിവരും?

ഉത്തരം:- 300 സെക്കന്റ് വേണ്ടിവരുമെന്നു പെട്ടെന്നു തോന്നാം. പക്ഷേ, 297 സെക്കന്റുകൾ എന്നതാണ് ശരിയുത്തരം. 99 മുറിക്കൽ 100 കഷണം തരുമല്ലോ. അവസാന മുറിക്കൽ ഒന്നിനു പകരം രണ്ടു കഷണങ്ങൾ ഉണ്ടാക്കും.

## റിഡിൽ 35

## (കൂട്ടൽ ചിഹ്നം)

987, 654, 321 എന്നീ അക്കങ്ങൾക്കിടയിൽ എവിടെയെല്ലാം + ചിഹ്നം കൊടുത്താൽ തുക 99 ആകും?

ഉത്തരം:- ഒരു രീതി $9 + 8 + 7 + 65 + 4 + 3 + 2 + 1 = 99$
മറ്റൊരു രീതി $9 + 8 + 7 + 6 + 5 + 43 + 21 = 99$
അവസാന ഫലം 100 ആകണം എങ്കിൽ രണ്ടുരീതികൾ
ഇതാ:-

1) $1 + 2 + 34 + 56 + 7 = 100$
2) $1 + 23 + 4 + 5 + 67 = 100$

## റിഡിൽ 36
## (ഇംഗ്ലീഷ്)

ഈ ചോദ്യം ഇംഗ്ലീഷിൽ നല്കുന്നു.
7 നെ ഇരട്ട (even) ആക്കാൻ എന്തു 'കുസൃതി' ചെയ്യണം?
ഉത്തരം:- Seven ൽ നിന്ന് S മാറ്റിയാൽ മതി

## റിഡിൽ 37
## (മൂന്നും മുപ്പത്തി ഏഴും)

അഞ്ചു 3 കൾ കൊണ്ട് 37 ഇങ്ങനെ എഴുതാം:-

$$37 = 33 + 3 + \left(\frac{3}{3}\right)$$

മറ്റേതെങ്കിലും രീതി?
ഉത്തരം:- ഇതാ $37 = \left(\frac{333}{3 \times 3}\right)$

## യൂക്ലിഡ്

പുരാതന ഗ്രീസിലെ ശ്രദ്ധേ
യനായ ഗണിതജ്ഞനാണ്
യൂക്ലിഡ്. ജ്യാമട്രിയെക്കുറിച്ച്
അദ്ദേഹം എഴുതിയ എലിമെന്റ്സ്
അദ്ദേഹത്തെ പ്രശസ്തനാക്കി.
പാശ്ചാത്യ ലോകത്തെ ഗണിത
വികാസത്തെ 2000 വർഷത്തില
ധികം സ്വാധീനിച്ച ഗ്രന്ഥമാണ് 13

ഭാഗങ്ങളുള്ള ഈ കൃതി. ഗണിത ചരിത്രത്തിൽ ഇത്രയും വിജയകരമായ മറ്റൊരു പാഠപുസ്തകം ഇല്ല. നിർവ്വ ചനങ്ങളുടെയും പ്രസ്താവനകളുടെയും (സ്വയം സിദ്ധങ്ങൾ) ഉപപത്തികളുടെയും ശേഖരമാണ് ഈ കൃതി. 'ജ്യോമെട്രിയുടെ പിതാവ്' എന്ന പേരിൽ അറിയപ്പെടുന്ന യൂക്ലിഡിന്റെ ജീവി തത്തെക്കുറിച്ച് വളരെ കുറച്ചു മാത്രമേ അറിയൂ.

## ജ്യാമിതി ചില ചിന്തകൾ

- ജ്യാമിതിയിലേക്ക് രാജപാതകൾ ഒന്നും ഇല്ല
  - യൂക്ലിഡ് (ബി സി 325-265)
- ലംബരേഖയും വൃത്തവും വരയ്ക്കുന്നതെങ്ങനെ എന്ന് ജ്യോമട്രി പഠിപ്പിക്കുന്നില്ല. പക്ഷേ, അവയുടെ നിർമ്മിതിക്ക്

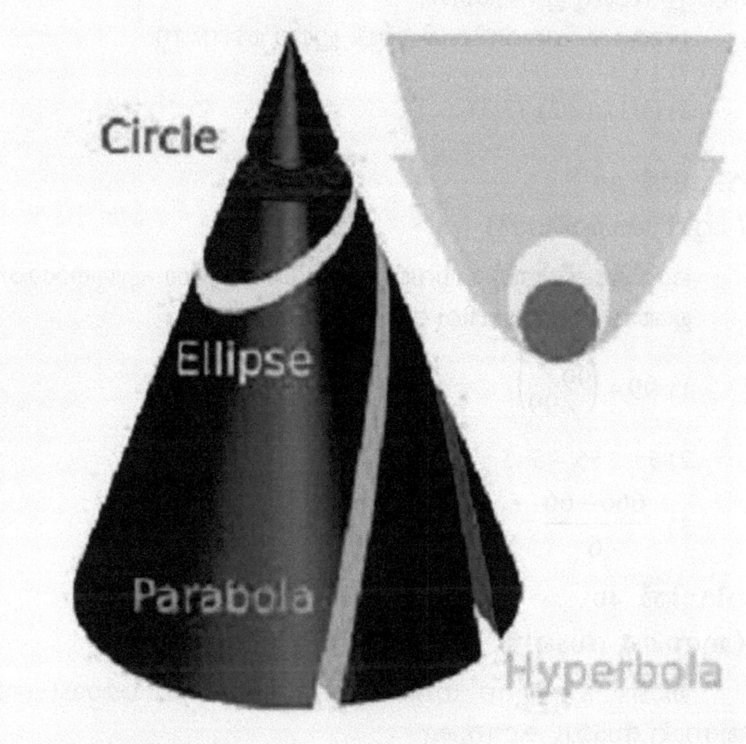

ജ്യാമിതി കൂടിയേ തീരൂ - ഐസക് ന്യൂട്ടൺ (1643 -1727)

• ഗണിതശാഖകളായ ബീജഗണിതവും ജ്യാമിതിയും ഒത്തു ചേർന്ന് പ്രയാണമാരംഭിച്ചപ്പോൾ ആ യാത്ര പൂർണ്ണതയെ ലക്ഷ്യം വെച്ചതായി - ലഗ്രാൻജ് (1736-1813)

• യൂക്ലിഡിനെക്കുറിച്ച് ആദ്യകാല പഠനം എന്നെ ജ്യോമട്രി യുടെ വിദ്വേഷിയാക്കി - സിൽവെസ്റ്റർ (1914-1897)

• ദൈവത്തെ ഓർത്ത് ജ്യാമിതി പഠനം ഉപേക്ഷിക്കൂ, കാരണം അത് നിങ്ങളുടെ ആരോഗ്യവും മനസ്സുഖവും ഇല്ലാതാക്കും, സമയം പാഴാക്കും - ബോൾയാ (1775-1856)

## റിഡിൽ 38
## (ചെറിയ സംഖ്യ)

ഒരേ 2 അക്കങ്ങൾ ഉപയോഗിച്ച് ഏറ്റവും ചെറിയ പൂർണ്ണസംഖ്യ ഉണ്ടാക്കുക.

ഉത്തരം:- പലവഴികൾ ഉണ്ട്. ഇതാ രണ്ടെണ്ണം

1) 1 x 1

2) (1/1), (2/2), (3/3) ……..

## റിഡിൽ 39
## (ആറ് അക്കങ്ങൾ)

ഒരേ അക്കങ്ങൾ 6 തവണ ഉപയോഗിച്ച് 100 എഴുതാമോ?

ഉത്തരം:- ഇതാ ചില നിർദ്ധാരണം

1) $99 + \left( \frac{99}{99} \right)$

2) $55 + 55 - 5 - 5$

3) $\dfrac{666 - 66}{6}$ …………..

## റിഡിൽ 40
## (മൂന്നക്ക സംഖ്യ)

താഴെ പറയുന്ന നിബന്ധനകൾക്കുവിധേയമായി ഒരു മൂന്നക്ക സംഖ്യ കാണുക?

1) 7 കുറച്ചാൽ 7 കൊണ്ടു വിഭജിക്കാം
2) 8 കുറച്ചാൽ 8 കൊണ്ടു വിഭജിക്കാം
3) 9 കുറച്ചാൽ 9 കൊണ്ടു വിഭജിക്കാം
ഉത്തരം:- 504

## അരക്കിറുക്ക്

ബ്രിട്ടീഷ് ഗണിതജ്ഞനും യുക്തിവാദിയും ആണ് അലൻ ട്യൂറിങ് (1912-1954). ആധുനിക കംപ്യൂട്ടർ ശാസ്ത്രത്തിന്റെ പിതാവായി ഈ നിഗൂഢ ഭാഷാ നിപുണൻ (ക്രിപ്റ്റോളജി) അറിയപ്പെടുന്നു. ഇദ്ദേഹത്തിന്റെ വസ്ത്രധാരണരീതിയും പ്രത്യേക തരം കിറുക്കുകളും 'ജീനിയസ്' എന്ന ഇരട്ടപ്പേരിനും ഇടമൊരുക്കി. ഏതാണ്ട് വിവസ്ത്രനായി ശരീര ത്തോടു കെട്ടിവെച്ച ക്ലോക്കുമായി 60 കി മീ ഓടി വിയർത്തൊലിച്ച് സമ്മേളന ഹാളിലെ സ്റ്റേജിൽ ഒരി ക്കൽ പ്രത്യക്ഷപ്പെട്ടു. കൃത്രി മബുദ്ധി, ഗണിതീയ ജീവശാസ്ത്രം, കണക്കുകൂട്ടൽ യന്ത്രം തുടങ്ങി  ഒട്ടേറെ പുതിയ ശാസ്ത്രശാഖകളിൽ ഗഹനമായ പാണ്ഡിത്യം ഉണ്ടായിരുന്ന ട്യൂറിങ് രണ്ടാം ലോകമഹായുദ്ധ കാലത്തെ ക്രിപ്റ്റോളജി പഠനത്തിന്റെ കേന്ദ്രബിന്ദു ആയിരുന്നു. ദുർഗ്ര ഹങ്ങളായ ചിന്തകളുടെ ഉടമയായ അദ്ദേഹം അക്കാലത്തെ ബൗദ്ധിക മുന്നേറ്റത്തിൽ അലിഞ്ഞുചേരാൻ കൂട്ടാക്കാതെ ഒറ്റയ്ക്കായി. 41-ാം വയസ്സിൽ അന്തരിച്ച ട്യൂറിങ് അസാധാര ണമായ പ്രകൃതംകൊണ്ടും മറ്റും വൻജനശ്രദ്ധയും ആദരവും പിടിച്ചു പറ്റി.

## റിഡിൽ 41
## (സമീകരണങ്ങൾ)

രണ്ടു 2 കളും +, × എന്നീ ചിഹ്നങ്ങളും തന്നാൽ

$2 + 2 = 2 \times 2$

മൂന്നു സംഖ്യകൾ ഉണ്ടെങ്കിലും ഈ സാദ്ധ്യതയിൽ എത്തുക എളുപ്പംതന്നെ.

$1 + 2 + 3 = 1 \times 2 \times 3$

4 ഉം 5 ഉം സംഖ്യകൾ ഉപയോഗിച്ച് മുകളിലുള്ളതു പോലുള്ള തുല്യതാ സമീകരണം കണ്ടെത്താമോ? നോക്കാം.

a) 4 സംഖ്യകൾ കൊണ്ട് $1 \times 1 + 2 + 4 = 1 \times 1 \times 2 \times 4$

b) 5 സംഖ്യകൾ കൊണ്ട് 3 നിർദ്ധാരണങ്ങൾ ഇതാ:-

   i)  $1 + 1 + 1 + 2 + 5 = 1 \times 1 \times 1 \times 2 \times 5$

   ii)  $1 + 1 + 1 + 3 + 3 = 1 \times 1 \times 1 \times 3 \times 3$

   iii) $1 + 1 + 2 + 2 + 2 = 1 \times 1 \times 2 \times 2 \times 2$

## ഭാര്യയുടെ അസുഖം

   'ഗണിതജ്ഞരിലെ രാജകുമാരൻ' എന്ന ഓമനപ്പേരിൽ അറി യപ്പെടുന്ന ജർമ്മൻ ഗണിതജ്ഞനും ശാസ്ത്രജ്ഞനും ആണ് കാൾ ഫ്രെഡ്രിക് ഗോസ് (1777 – 1855). ഗണിത പഠനങ്ങളിൽ ഗോസ് ഒരു 'ബാലസിദ്ധൻ' ആയിരുന്നു. 21-ാം വയസ്സിൽ സംഖ്യാസിദ്ധാന്തത്തിലെ പ്രാമാണിക ഗ്രന്ഥം (അരിത്മെറ്റിക) പൂർത്തിയാക്കി. 'ശാസ്ത്രങ്ങളുടെ രാജ്ഞിയാണ് ഗണിതം'

എന്നഭിപ്രായപ്പെട്ടതും ഈ 'രാജകുമാരൻ'തന്നെ. ഉൾക്കടമായ പരിപൂർണ്ണതാവാദിയായിരുന്നു അദ്ദേഹം. വിമർശന ങ്ങൾക്കതീതം എന്നുറപ്പു വരുത്തി പൂർത്തീകരിക്കപ്പെട്ട ഗവേഷണ ഫലങ്ങൾ മാത്രമേ ഗോസ് പ്രസിദ്ധീകരിച്ചുള്ളൂ. പ്രശസ്ത ശാസ്ത്രസാഹിത്യകാരനായ ഐസക് അസിമോവ് ഗോസിനെക്കുറിച്ച് ഒരു കഥ ഓർക്കുന്നത് രസകരമാണ്.

ഏതോ ഗണിത പ്രശ്നവുമായി ഏറ്റുമുട്ടി തല പുകഞ്ഞ് ഗോസ് ചിന്തിച്ചിരിക്കുന്ന സമയം അദ്ദേഹത്തിന്റെ പത്നി അത്യാസന്ന നിലയിൽ മരണത്തോടടുത്തിരിക്കുകയാണെന്ന് ആരോ അറിയിച്ചു. "ഞാൻ ഈ പ്രശ്നനിർദ്ധാരണം മുഴുമിപ്പിക്കുന്നതുവരെ അവരോട് കാത്തിരിക്കുവാൻ പറയൂ" എന്നായിരുന്നു ഗോസിന്റെ മറുപടി.

## റിഡിൽ 42

## (രണ്ട് മക്കൾ)

എനിക്ക് 2 മക്കൾ ഉണ്ട്. ഇവർ രണ്ടും ആൺകുട്ടികളല്ല. എങ്കിൽ 2 പേരും പെൺകുട്ടികൾ ആകുവാനുള്ള സംഭാവ്യത (സാദ്ധ്യത) എത്ര?

ഉത്തരം:- 2 കുട്ടികൾ ഉള്ളതിനാൽ ഒരേപോലുള്ള 4 സാദ്ധ്യത ഉണ്ടാകാം.

ഇങ്ങനെ:-

ആൺകുട്ടി – ആൺകുട്ടി – (1)
ആൺകുട്ടി – പെൺകുട്ടി – (2)
പെൺകുട്ടി – ആൺകുട്ടി – (3)
പെൺകുട്ടി – പെൺകുട്ടി – (4)

എന്നാൽ സാദ്ധ്യത (1) ഇവിടെ തള്ളിക്കളയാം. അന്നേരം മക്കൾ രണ്ടും പെൺകുട്ടികൾ ആകുവാനുള്ള സംഭാവ്യത 1/3.

## തത്ത്വവാക്യങ്ങൾ

ഗണിതത്തിൽ സംഖ്യാസിദ്ധാന്തം, ശ്രേണികൾ, വിശ്ലേ ഷണം, ജ്യോമട്രി, സംഭാവ്യതാ സിദ്ധാന്തം, ബീജഗണിതം തുടങ്ങി വിവിധ ശാഖകളിൽ ഗവേഷണ പഠനം നടത്തിയ ഹംഗ

റിക്കാരനായ ഗണിതജ്ഞനാണ് ജോർജ് പോൾ (1887 – 1985). ജീവിതത്തിന്റെ അവസാന നാളുകളിൽ പ്രശ്ന- നിർദ്ധാരണ തത്ത്വങ്ങൾ, വഴികൾ ഇവയെക്കുറിച്ച് ധാരാളം എഴുതി. 1945 ൽ പുറത്തുവന്ന എങ്ങനെ ഇത് നിർദ്ധാരണം ചെയ്യാം (How to solve it) എന്ന അദ്ദേഹത്തിന്റെ ഗ്രന്ഥം പ്രശസ്തമാണ്. പ്രശ്ന നിർദ്ധാരണത്തിന്റെ പൊതു തത്ത്വങ്ങളും അടവുകളും നിഗമനങ്ങളും ഈ കൃതിയിൽ പോൾ വിവരിക്കുന്നു. അദ്ദേഹത്തിന്റെ 'മഹദ് തത്ത്വവാക്യ ങ്ങളിൽ' ചിലത്:-

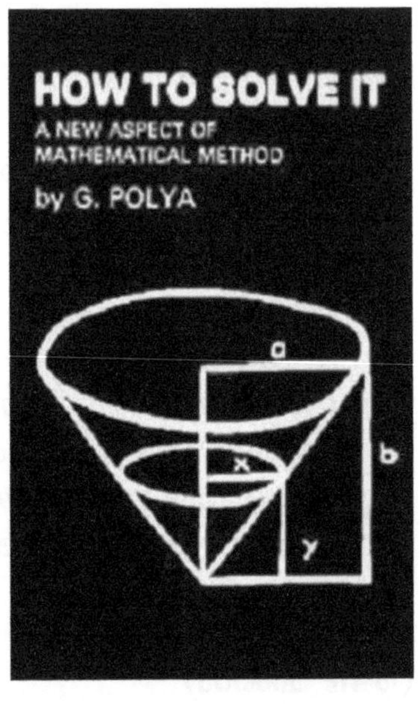


• ഒരു പ്രശ്നനിർദ്ധാരണം പ്രയാസകരമായി തോന്നുമ്പോൾ നിർദ്ധാരണം ചെയ്യുവാൻ പറ്റിയ സരള പ്രശ്നം കണ്ടെത്തി അതു നിർദ്ധരിക്കുവാൻ ശ്രമിക്കണം.

• കുറ്റവും കുറവും ഉള്ള (അതായത് കൃത്യതയില്ലാത്ത) രൂപങ്ങളിൽ നടത്തുന്ന കുറ്റമറ്റ നിഗമനത്തിന്റെ ശാസ്ത്രമാണ് ജ്യോമട്രി.

• മദ്യപാനി കറങ്ങിത്തിരിഞ്ഞ് അവസാനം വീട്ടിൽ തിരിച്ചെത്തും, എന്നാൽ മദ്യം അകത്തായ പക്ഷി ആകാശത്ത് വഴിതെറ്റി അലയും.

• ഗണിതമാണ് ഏറ്റവും ചെലവുകുറഞ്ഞ ശാസ്ത്രപഠനം. രസതന്ത്രം, ഭൗതികം തുടങ്ങിയ വിഷയങ്ങളിൽ വിലയേറിയ ഉപകരണങ്ങൾ പഠനത്തിന് ആവശ്യമായിവരും.

• മികച്ച ഗണിതജ്ഞനാകാൻ, മികച്ച ഊഹക്കച്ചവടക്കാര നാകാൻ, ഏതു കാര്യത്തിലും മികച്ച കഴിവുള്ളവനാകാൻ നിങ്ങളൊരു ഊഹശേഷി നിപുണൻ ആകണം.

## റിഡിൽ 43

## (തുല്യ ഗണിത പദം)

താഴെപ്പറയുന്നവയ്ക്ക് തത്തുല്യ ഗണിത പദം കണ്ടെത്തുക

a) വൃത്തത്തിനു പുറത്തല്ലാത്ത ഛേദക രേഖ

b) ഏറ്റവും കുറവ് ഭുജങ്ങളുള്ള ബഹുഭുജം

c) വൃത്തകേന്ദ്രത്തിലൂടെയുള്ള ചാപം

d) ആധാര ദൈർഘ്യം മറ്റു രണ്ടു വശങ്ങൾക്കു തുല്യമായ ദ്വിസമഭുജത്രികോണം

e) പൊതുകേന്ദ്രമുള്ള വൃത്തങ്ങൾ

ഉത്തരം:-

a) ജ്യാവ്

b) ത്രികോണം

c) വ്യാസം

d) സമഭുജത്രികോണം

e) സംകേന്ദ്രിവൃത്തങ്ങൾ

## റിഡിൽ 44

## (സംഖ്യാ ജോഡി)

താഴെക്കൊടുക്കുന്ന സംഖ്യാജോഡികൾ സൂക്ഷ്മമായി നിരീക്ഷിക്കുക:-

```
1) 12 x 42  = 21 x 24
2) 12 x 63  =  21 x 36
3) 12 x 84  = 21 x 48
4) 13 x 62  = 31 x 26
5) 23 x 96  = 32 x 69
6) 36 x 84  = 63 x 48
```

ഈ ഗുണധർമ്മത്തോടുകൂടി മറ്റു ജോഡി സംഖ്യകൾ കണ്ടെത്താമോ?

ഉത്തരം:- ഇതാ 4 ജോഡികൾകൂടി

```
1) 13 x 93 = 31 x 39
2) 14 x 82 = 41 x 28
3) 23 x 64 = 32 x 46
4) 34 x 86 = 43 x 68
```

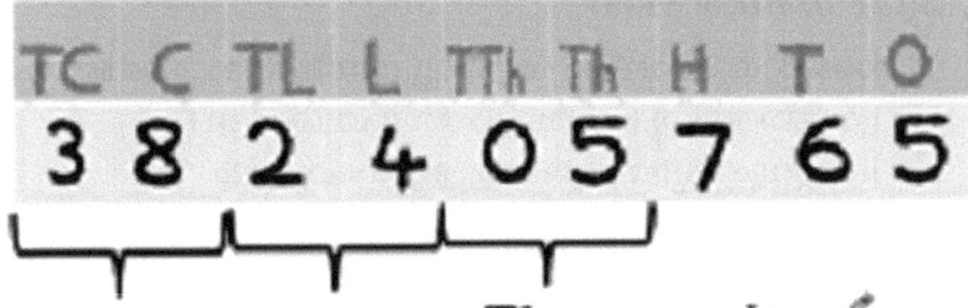


**കടൽ തീരത്ത് കളിക്കുന്ന കുട്ടി**

ജീവിതാനുഭവങ്ങളെക്കുറിച്ച് ലോകോത്തര ശാസ്ത്രജ്ഞ രിൽ പ്രമുഖനായ സർ ഐസക് ന്യൂട്ടൺ (1643 – 1727) ഇങ്ങനെ കുറിച്ചിട്ടു.

ചോദ്യം ചോദിക്കുന്നവർ അഞ്ചുമിനിറ്റ് നേരത്തേക്ക് വിഡ്ഢിയാകുന്നു. അല്ലാത്തവൻ എക്കാലത്തേക്കും എന്നും പ്രമാണം. മരത്തിൽനിന്ന് ആപ്പിൾ താഴോട്ടു വീഴുന്നത് കോടി ക്കണക്കിനാളുകൾ കണ്ടിട്ടുണ്ട്.

പക്ഷേ...

ഇതെന്തുകൊണ്ട് എന്ന ചോദ്യം മഹാനായ ന്യൂട്ടൺ മാത്രം ചോദിച്ചു.

"ലോകം എന്നെ എങ്ങനെ നോക്കിക്കാണും വിലയിരുത്തും എന്നൊന്നും എനിക്കറിയില്ല. എന്നെ സംബന്ധിച്ചിടത്തോളം കടൽ തീരത്ത് കക്കയും കല്ലും

പെറുക്കി കളിക്കുന്ന കൂടുതൽ സൗന്ദര്യമു ള്ളവ കാണുമ്പോൾ വിസ്മയപ്പെടുന്ന ഒരു കുട്ടിയാണ് ഞാൻ എന്നു തോന്നുന്നു. അന്നേരമെല്ലാം സത്യത്തിന്റെ വിശാലമായ കടൽ എനിക്ക് ഒട്ടും പിടിതരാതെ ഒരു അത്ഭുതമായി മുന്നിൽ കിടക്കുന്നു.”

# റിഡിൽ 45
## (തുകയാക്കൽ)

സങ്കലനം, വ്യവകലനം, ഗുണനം, ഹരണം എന്നീ 4 ഗണിത ക്രിയകളിൽ മൂന്നെണ്ണം ഉപയോഗിച്ച് 0 മുതൽ 9 വരെയുള്ള പത്ത് അക്കങ്ങൾ മൂന്ന് അങ്കഗണിത തുകകളാക്കി എഴുതുക?

ഉത്തരം:-    1) $7 + 1 = 8$
            2) $9 - 6 = 3$
            3) $4 \times 5 = 20$

## 98 ലും പ്രസരിപ്പ്

സാഹിത്യത്തിന് നോബൽ സമ്മാനം ലഭിച്ച (1950) ഗണിത ശാസ്ത്രജ്ഞനാണ് റസ്സൽ. ചിരിക്കും ചിന്തിക്കും ഇതിൽ കൂടുതൽ ഇടം തരുന്ന വേറെ എത്ര പേരുണ്ടാകും? ഇംഗ്ലീഷ് ഗണിതശാസ്ത്രജ്ഞനും ചിന്തകനും സാഹിത്യകാരനും യുക്തി വാദിയും സമാധാനപ്രേമിയും ഒക്കെയായ ബർട്രാന്റ് റസ്സൽ എന്ന യഥാർത്ഥ ബഹുമുഖ പ്രതിഭ പ്രസംഗിച്ചു. പഠിപ്പിച്ചു. ധാരാളം എഴുതി. സമകാലീന ബൗദ്ധിക ചിന്താധാരകളെ യൊക്കെ കുത്തിയിളക്കി. ഗണിതശാസ്ത്രപഠനങ്ങളിൽ ബാല്യ കാലം മുതലേ അതീവ താല് പര്യം കാട്ടി. പിന്നീട്, തത്ത്വ ചിന്തയുടെ ചക്രവാളസീ മകൾക്കപ്പുറത്തേക്ക് കുതി ച്ചുചാടി.

ഇരുപതാം നൂറ്റാണ്ടിലെ ബഹുമുഖ പ്രതിഭകളിൽ പ്രമുഖനാണ് റസ്സൽ. ഗണി തത്തിന്റെ അടിത്തറയായി

ഒരു ലോജിക് സമ്പ്രദായത്തിന് മറ്റൊരു ഗണിത ശാസ്ത്രജ്ഞനായ എ എൻ വൈറ്റ് ഹെഡുമായി പ്രവർത്തിച്ചു. ഇതിന്റെ ഫലമായി പുറത്തുവന്നതാണ് (1910 - 13) ഇവർ ഇരുവരും കൂടി രചിച്ച പ്രശസ്തമായ ഗണിതഗ്രന്ഥം (Principia mathematica). റസ്സലിന്റെ വിരോധാഭാസങ്ങൾ ചിന്തനീയങ്ങളാണ്.

തൊണ്ണൂറ്റി എട്ടുവർഷം സജീവമായി ജീവിച്ച റസ്സൽ ഇങ്ങനെയൊക്കെ പറഞ്ഞു:-

1. "സത്യത്തെപ്പോലെ ആത്യന്തിക സൗന്ദര്യത്തെയും ഗണിതം ആശ്ലേഷിക്കുന്നു. ഒരു ശില്പത്തെപ്പോലെ ആഡംബര രഹിതവും നിർവ്വികാരവുമായ ഒരു സൗന്ദര്യത്തെ ....."

2. "പതിനൊന്നാമത്തെ വയസ്സിൽ, സഹോദരന്റെ സഹായ ത്തോടെ ഞാൻ യൂക്ലിഡ് വായിച്ചു. എന്റെ ജീവിതത്തിലെ തിളങ്ങുന്ന സംഭവമായിരുന്നു അത്. എക്കാലവും ആദ്യ അനുരാഗത്തിന്റെ വിസ്മയത്തുടിപ്പുപോലെയുള്ള സംഭവം. ആ നിമിഷം മുതൽ മുപ്പത്തി എട്ടാമത്തെ വയസ്സുവരെ ഗണിതമാ യിരുന്നു എനിക്ക് ഏറ്റവും ഇഷ്ടപ്പെട്ടതും, എല്ലാ സന്തോഷ ത്തിന്റെയും മുഖ്യ സ്രോതസ്സും".

3. "പുരുഷന്റെതിനേക്കാൾ എണ്ണത്തിൽ കുറവാണ് സ്ത്രീയുടെ വായിലെ പല്ല് എന്ന് പണ്ട് പണ്ട് അരിസ്റ്റോട്ടിൽ അഭിപ്രായപ്പെട്ടിട്ടുണ്ട്. രണ്ടു തവണ വിവാഹം കഴിച്ചിട്ടും ഭാര്യമാരുടെ പല്ലുകൾ അദ്ദേഹം എണ്ണിനോക്കുവാൻ ശ്രമിക്കാ തിരുന്നത് മഹാ കഷ്ടം തന്നെ."


## കടുകട്ടി തമാശ

ബ്രിട്ടീഷ് ഗണിതജ്ഞനായ ജി എച്ച് ഹാർഡി (1877 - 1947) യുടെ പ്രശസ്ത പോപ്പുലർ സയൻസ് ഗ്രന്ഥമാണ് 1940 ൽ പ്രസിദ്ധീകരിച്ച ഗണിതജ്ഞന്റെ ക്ഷമാപണം (A mathematicians Apology). ഭാരതീയ ഗണിതജ്ഞനായ ശ്രീനിവാസ രാമാനുജനെ (1887 - 1920) 'കണ്ടുപിടിച്ച്'താണ് ഗണിതത്തിനുള്ള തന്റെ ഏറ്റവും മികച്ച സംഭാവന എന്ന ഹാർഡിയുടെ സ്വയം വിലയിരുത്തലും പ്രസിദ്ധമാണ്.

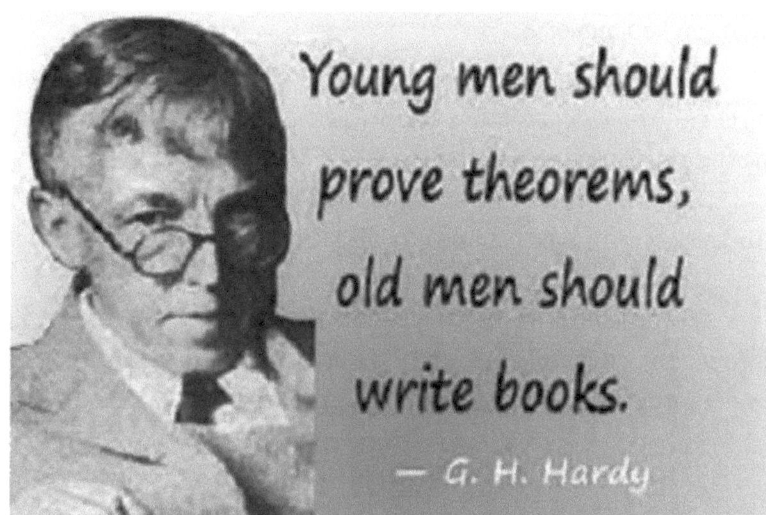


ഹാർഡി ഒരിക്കൽ ബർട്രാന്റ് റസ്സലിനോട് (1872 – 1970) പറഞ്ഞു:- "അഞ്ച് നിമിഷത്തിനകം താങ്കൾ മരിക്കും എന്ന് തർക്കത്തിലൂടെ എനിക്കു തെളിയിക്കുവാൻ സാധിച്ചാൽ, താങ്കൾ മരിക്കുന്നു എന്നതിൽ എനിക്കു വ്യാകുലപ്പെടേണ്ടി വരും. പക്ഷേ, തെളിയിക്കലിലെ ആനന്ദം എന്റെ ദുഃഖത്തിന് ആശ്വാസം പകരുകയും ചെയ്യും."

## റിഡിൽ 46

### (തരം തിരിക്കൽ)

1 മുതൽ 9 വരെയുള്ള ഒമ്പത് അക്കങ്ങൾ ഒറ്റ സംഖ്യകളും ഇരട്ട സംഖ്യകളും ആയി രണ്ടാക്കി തരം തിരിക്കുക. ഓരോ ഗ്രൂപ്പിലെയും സംഖ്യകൾ ഇഷ്ടംപോലെ വിന്യസിച്ച് തുക കണ്ടാൽ അത് തുല്യമാ യിരിക്കുവാൻ ഈ 9 അക്കങ്ങൾ എങ്ങനെ തരം തിരിച്ചു തുക കാണാം?

ഉത്തരം:-

## ഒരു തീരാതർക്കം

2 + 2 എത്ര എന്നതാണ് തർക്കത്തിനാധാരമായ ഇവിടത്തെ ചോദ്യം. സംവാദത്തിൽ 4 പേർ പങ്കെടുത്തു. വൈവിധ്യമായ ഉത്തരങ്ങൾ പരിശോധിക്കാം:-

1) ഗണിതജ്ഞൻ:- ഏത് ആധാരസംഖ്യ നിങ്ങൾ സ്വീകരിക്കുന്നു എന്നതിനനുസരിച്ചാവും ലഭ്യമാവുന്ന ഉത്തരം.

2) എഞ്ചിനീയർ:- തുക 4

3) സ്ഥിതിവിവര ശാസ്ത്രജ്ഞൻ:- ഉത്തരം 3.95 നും 4.05 നും മദ്ധ്യേ ആയിരിക്കും എന്ന് 95 ശതമാനം എനിക്കുറപ്പാണ്.

4) രാഷ്ട്രീയക്കാരൻ:- ഉത്തരം എന്തായിരിക്കണം എന്നാണ്

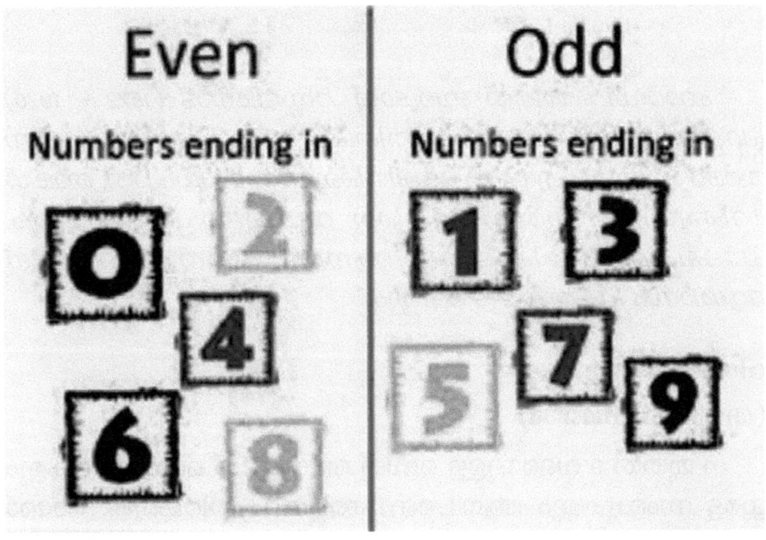


താങ്കളുടെ ആഗ്രഹം?

## റിഡിൽ 47
## (ഏഴുകൾ)

അങ്കഗണിത ചിഹ്നങ്ങൾ സൗകര്യാർത്ഥം ഉപയോഗിച്ച് ആറ് 7 കൾകൊണ്ട് 2009 എഴുതാമോ?

ഉത്തരം:– [(7 x 7 - 7) x 7 - 7] x 7
= [(49 - 7) x 7 - 7] x 7
= (42 x 7 - 7) x 7
= (294 - 7) x 7
= 287 x 7
= 2009

## റിഡിൽ 48

## (ഉത്തരം ലളിതം)

A യും B യും രണ്ടുനഗരങ്ങൾ. A യിൽനിന്നും B യിലേക്ക് ഒരു വിമാനം പറന്നെത്തുവാൻ 1 മണിക്കൂർ 20 മിനിറ്റ് സമയം എടുത്തു. മടക്കയാത്രയ്ക്ക് വെറും 80 മിനിറ്റ് സമയമേ വേണ്ടിവന്നുള്ളു. കാലാവസ്ഥ, കാറ്റിന്റെ ഗതി, വേഗത എല്ലാം ഒന്നുതന്നെ. എന്തുകൊണ്ട് സമയവ്യത്യാസം ഉണ്ടായി എന്നൂഹിക്കാമോ?

ഉത്തരം:– വളരെ ലളിതം 1 മണിക്കൂർ 20 മിനിറ്റ് എന്നാൽ 80 മിനിറ്റ് തന്നെ.

## ദൈവം എവിടെ?

'ഫ്രാൻസിലെ ന്യൂട്ടൺ' എന്ന വിശേഷണത്താൽ അറിയപ്പെ ടുന്ന ഫ്രെഞ്ച് ഗണിതജ്ഞനാണ് ലാപ്ലാസ് (174 – 1827). ഗണിതം തുടങ്ങി ശാസ്ത്ര വിഷയങ്ങളിൽ അതീവ താല്പര്യമുണ്ടാ യിരുന്ന നെപ്പോളിയൻ ചക്രവർത്തി ലാപ്ലാസിന്റെ സുഹൃത്തും അഭ്യുദയകാംക്ഷിയും ആയിരുന്നു. പ്രപഞ്ചരഹസ്യങ്ങൾ തേടിയുള്ള തന്റെ ബൃഹത്ഗ്രന്ഥ (*Mechanics of Heavens*) ത്തിന്റെ ഒരു കോപ്പി ലാപ്ലാസ് ചക്രവർത്തിക്ക് നല്കി. അതു വായിച്ച ശേഷം ചക്രവർത്തിയുടെ ചോദ്യം:–

പ്രപഞ്ചത്തെക്കുറിച്ച് ഒരു ആധികാരിക ഗ്രന്ഥം ദൈവത്തെ ഒഴിവാക്കിയാണല്ലോ താങ്കൾ രചിച്ചിരിക്കുന്നത്?' ഇതിന് ലാപ്ലാസിന്റെ മറുപടി ഹ്രസ്വവും അർത്ഥപൂർണ്ണവും ആയിരുന്നു, ഇങ്ങനെ:–

"അത്തരം ഒരു പരികല്പനയുടെ ആവശ്യം എനിക്കില്ല."

## റിഡിൽ 49
## (ചെറിയ സംഖ്യ)

വ്യത്യസ്ത അക്കങ്ങളോടു കൂടിയ ഏറ്റവും ചെറിയ മൂന്നക്ക സംഖ്യ?

ഉത്തരം:- 102

## സംഖ്യകളുടെ തമാശ

വിശദീകരണം ഇല്ലാതെ തന്നെ താഴെ കൊടുക്കുന്ന സംഖ്യാ വിന്യാസത്തിന്റെ ഭംഗി ആസ്വദിക്കാം.

$$123\ 456\ 79 \times .09 = 111\ 111\ 111$$

$$123\ 456\ 79 \times .18 = 222\ 222\ 222$$

$$123\ 456\ 79 \times .27 = 333\ 333\ 333$$

$$123\ 456\ 79 \times .36 = 444\ 444\ 444$$

$$123\ 456\ 79 \times .45 = 555\ 555\ 555$$

$$123\ 456\ 79 \times .54 = 666\ 666\ 666$$

$$123\ 456\ 79 \times .63 = 777\ 777\ 777$$

$$123\ 456\ 79 \times .72 = 888\ 888\ 888$$

$$123\ 456\ 79 \times .81 = 999\ 999\ 999$$

## റിഡിൽ 50
## (പുത്തൻ പ്രതിഭാസം)

0, 8 എന്നിവ ഒഴിവാക്കിയ 12345679 എന്ന എട്ടക്കസംഖ്യ ആരോഹണക്രമത്തിൽ എഴുതിയത് പരിഗണിക്കുക. ഈ എട്ടക്കസംഖ്യ ഏതെങ്കിലും ഒരക്കം (n എന്നിരിക്കട്ടെ) കൊണ്ടു ഗുണിച്ചു കിട്ടിയ ഫലം 9 കൊണ്ട് വീണ്ടും ഗുണിക്കുക. കിട്ടിയ ഉത്തരത്തിലെ എല്ലാ അക്കവും n തന്നെ ആയിരിക്കും. ഉദാഹരണം:-

$$1\ 2\ 3\ 4\ 5\ 6\ 7\ 9$$
$$7\ (\text{n എന്നതിനു പകരം})$$

$$8\ 6\ 4\ 1\ 9\ 7\ 5\ 3$$
$$9$$

$$7\ 7\ 7\ 7\ 7\ 7\ 7\ 7\ 7$$

(7 നു പകരം മറ്റൊരക്കംകൊണ്ട് ശ്രമിക്കൂ. ഉദാഹരണമായി 8. അന്നേരം അവസാനം കിട്ടുന്ന ഉത്തരം 888888888) എന്തുകൊണ്ടീ പ്രതിഭാസം?

ഉത്തരം:- എല്ലാ ഉദാഹരണങ്ങളിലും ഒരു ഘട്ടത്തിൽ നാം 12345679 നെ 9 കൊണ്ട് ഗുണിക്കുന്നു. ഈ ഗുണന ഫലമാകട്ടെ 111111111 (ഒമ്പത് 1 കൾ). ഇപ്പോൾ സംഗതി പിടികിട്ടിയില്ലേ?

## ഇതു സത്യം

നോക്കുക. ഇത് സത്യം. സത്യം തന്നെ

$$37 \times (3 + 7) = 33 + 73$$
$$48 \times (4 + 8) = 43 + 83$$
$$111 \times (11 + 1) = 113 + 13$$
$$147 \times (14 + 7) = 143 + 73$$
$$148 \times (14 + 8) = 143 + 83$$

## റിഡിൽ 51

## (പിശാചും)

'അച്ചടിപ്പിശാചി'നെക്കുറിച്ച് കേട്ടുകാണും. സംഖ്യകൾ ഇടപെടുന്ന ഗണിതത്തിൽ ഇതുണ്ടാക്കുന്ന പ്രശ്നം ചിലപ്പോൾ ഭീകരവും ആവും. അത്തരം ഒന്ന്. ഒരു കുട്ടി

$$54 \times 23$$

എന്നെഴുതുന്നതിന് പകരം

5423 എന്നു കുറിച്ചിട്ടു. ധൃതികൊണ്ടു പറ്റിയതാവാം.

$$54 \times 23 = (5 \times 5 \times 5 \times 5) \times (2 \times 2 \times 2)$$
$$= 625 \times 8$$
$$= 5000.$$

അതായത് 5423 നുപകരം 5000 എന്നെഴുതി. എന്നാൽ

മറ്റൊരു അവസ്ഥ ശ്രദ്ധിക്കൂ. ഇത്തരം തെറ്റുപറ്റിയപ്പോൾ ആത്യന്തികമായി മൂല്യ വ്യത്യാസം ഉണ്ടായില്ല. മറ്റൊരർത്ഥത്തിൽ

xp yq = x p y q

( x , p ,q ,y ഇവ അക്കങ്ങൾ) .

ഇങ്ങനെ ഒരു സംഖ്യ കണ്ടെത്താമോ?

ഉത്തരം:- 2592 ആണീ സംഖ്യ. കാരണം

25 x 92 = 2592 = ( 2 x 2 x 2 x 2 x 2 ) x 81

    = 32 x 81

    = 2592

ഇനിയും ഇത്തരം അപൂർവ്വ സംഖ്യകൾ ഉണ്ടാകാം.

## അലഞ്ഞു തിരിയുന്നവൻ

അതീവ ബുദ്ധിമാനും അതുകൊണ്ടുതന്നെ അരക്കിറു ക്കനും ആണ് ഹംഗറിക്കാരനായ പ്രശസ്ത ഗണിതജ്ഞൻ പോൾ എർദേസ് (1913 - 1996). മൂന്നാമത്തെ വയസ്സിൽ ആരെക്കണ്ടാലും അയാൾ ഇതു വരെ മൊത്തം എത്ര സെക്കന്റ് ജീവിച്ചു എന്നു കണക്കുകൂട്ടി എർദേസ് വിളിച്ചു പറയും. 21-ാം വയസ്സിൽ ഗണിതത്തിൽ പി എച്ച് ഡി കരസ്ഥമാക്കി. ഒരിടത്ത് സ്ഥിരമായി താമസിക്കാത്ത പ്രകൃതക്കാരനായിരുന്നു. മരണംവരെ ഗണിത ഗവേഷണസ്ഥാപനങ്ങളിൽ അലഞ്ഞു തിരി ഞ്ഞു നടന്നു. പ്രഭാഷണം നടത്തി, ക്ലാസെടുത്തു.

'കറക്ക'ക്കാരനായി മുദ്ര യടിക്കപ്പെട്ടു. സ്ഥിരമായ ജോലിയോ വരുമാനമോ ഉണ്ടാകുന്നതിൽ വിശ്വസി ച്ചില്ല. കിട്ടുന്ന പൈസ അത്യാവശ്യക്കാർ എന്നു തോന്നിയ വരുമായി പങ്കു വെച്ചു. കുട്ടിക്കാലത്തുണ്ടായ ഗണിതാഭിമുഖ്യം ക്രമേണ ഒരു ഗണിതഭ്രാന്തായി മാറി. വിഭ്രാന്തമായ കിറുക്കൻ

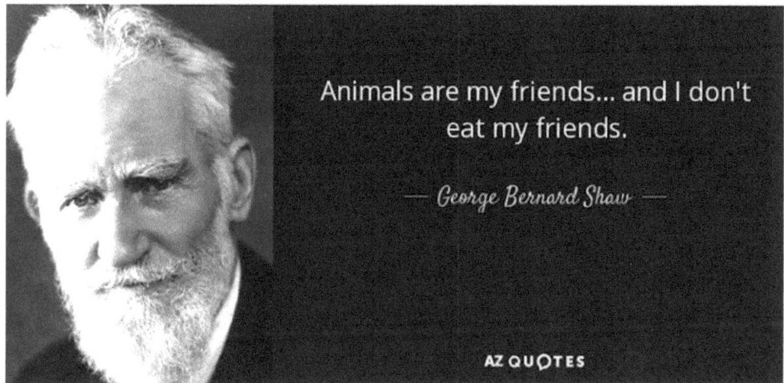


വ്യക്തിത്വത്തിന്റെ ഉടമയായ എർദേസിന് പ്രത്യേക രീതിയിലുള്ള ഒട്ടേറെ പദപ്രയോഗങ്ങളാണ്. അതിലേക്ക് ഒരെത്തി നോട്ടം. അദ്ദേഹത്തിന് കുട്ടികൾ 'എപ്സിലോണുകളും' സ്ത്രീ 'യജമാന'യും പുരുഷൻ 'അടിമയും' സംഗീതം 'ഒച്ച'യും വിവാഹിതർ 'കുടുങ്ങിയവരും' ആണ്.

ഗണിതം സാമൂഹിക പ്രവർത്തനമായിക്കണ്ട എർദേസ് അതനുസരിച്ച് പ്രവർത്തിച്ചു. അവിവാഹിതനായ അദ്ദേഹത്തിന് കുട്ടികളും ഇല്ലായിരുന്നു.

## റിഡിൽ 52
## (വിന്യാസ രീതി)

1 മുതൽ 9 വരെയുള്ള അക്കങ്ങൾ ഭിന്നിതമായി എഴുതിയാൽ അതിന്റെ മൂല്യം $\dfrac{1}{3}$ നു തുല്യമായതാവാൻ എങ്ങനെ വിന്യസിക്കണം?

ഉത്തരം:- $\dfrac{5832}{17496} = \dfrac{1}{3}$

## കാപ്പി ഗണിതം

'കാപ്പി പ്രമേയം ആക്കി മാറ്റുന്നതിനുള്ള യന്ത്രമാണ് ഗണി തജ്ഞൻ' എന്നത് പോൾഎർദേസി (1913 – 1996) ന്റെ പേരിൽ തെറ്റായി അറിയപ്പെടുന്ന ഉദ്ധരണിയാണ്. എർദേസിന്റെ സുഹൃത്തും ഗണിതജ്ഞനും ആയ ആൽഫ്രഡ് റെൻയി (Renyi 1921 – 1970) യുടേതാണ് വാസ്തവത്തിൽ ഈ പ്രസ്താവന. റെൻയിയുടെ മറ്റൊരു തകർപ്പൻ ഉദ്ധരണി:-

"അസന്തുഷ്ടനാവുമ്പോൾ സന്തുഷ്ടനാവുവാൻ ഞാൻ ഗണിതം പഠിക്കും. സന്തുഷ്ടനാവുമ്പോൾ ആ അവസ്ഥ നിലനിർത്തുവാനും ഞാൻ ഗണിത പഠനം തുടരും".

## റിഡിൽ 53

## (ഒറ്റ രീതി)

'നാല്' 5 കൾ ഉപയോഗിച്ച് ഒരുതരത്തിൽ മാത്രമേ 16 എഴുതുവാൻ സാധിക്കുകയയുള്ളു. എങ്ങനെ?

$$\text{ഉത്തരം:-} \left(\frac{55}{5}\right) + 5 = 16$$

ഈ നിർദ്ധാരണം അദ്വിതീയമാണെന്നും പരിശോധി ക്കുക.

## മാർജിനിലെ പ്രൂഫ്

*പതിനേഴാം നൂറ്റാണ്ടിലെ ഒന്നാം പാദത്തിലെ ഗണിതജ്ഞ നായിരുന്നു ഫെർമ (1601 – 1665). തൊഴിൽപരമായി തിരക്കുള്ള വക്കീൽ ആയിരുന്ന അദ്ദേഹത്തിന്റെ പ്രധാന ഹോബിയായിരു ന്നു ഗണിതപഠനം. ദെക്കാർത്തേയുടേതിനു സമാന്തരമായി പാസ്കലുമായി (1623 – 1662) ചേർന്ന് അദ്ദേഹം സംഭാവ്യതാ സിദ്ധാന്തത്തിന്റെ ഉപജ്ഞാതാക്കളിൽ പ്രമുഖൻ എന്ന ഖ്യാതിയും നേടി. ഫെർമയുടെ സ്പർശകങ്ങൾ വരയ്ക്കുന്ന നൂതന രീതികളിൽ നിന്നുരുത്തിരിഞ്ഞു വന്നതാണ് കാൽക്കുല സിനെക്കുറിച്ച തന്റെ ആദ്യകാല ചിന്തകൾ എന്ന് ഐസക് ന്യൂട്ടൻ (1643 – 1727) സ്മരിക്കുന്നു.*

'ഫെർമയുടെ അവസാനപ്രമേയം' ആണ് അദ്ദേഹത്തെ അന ശ്വരനാക്കിയത്. ഗണിതത്തെയാകെ 350 വർഷം ചിന്തിപ്പിച്ച, ഇളക്കി മറിച്ച പ്രമേയമാണിത്. ആൾജിബ്രയുടെ പിതാവ് എന്നറിയപ്പെട്ട ഗ്രീക്ക് ഗണിതജ്ഞൻ ഡയോഫാന്റസിന്റെ (ഉദ്ദേശം 200 – 284) വിഖ്യാതഗ്രന്ഥത്തിന്റെ (Arithmetic) മാർജിനിൽ 1637 ലെ ഒരു സുദിനത്തിൽ ഫെർമ ഇങ്ങനെ കുറിച്ചിട്ടു:-

"n ന്റെ മൂല്യം 2 ൽ കൂടുതൽ ആകുമ്പോൾ $xn + yn = zn$ എന്ന (x, y, z പൂർണ്ണസംഖ്യകൾ) സമവാക്യത്തിന് നിർദ്ധാരണം ഇല്ല എന്നു കാണുന്നു. ഈ പ്രമേയത്തിന് ശ്രേഷ്ഠമായ ഉപപത്തി എനിക്കറിയാം. പക്ഷേ, അത് എഴുതി ഫലിപ്പിക്കുവാൻ ഈ മാർജിന് സ്ഥലം തീരെ പോര."

## റിഡിൽ 54

## (രണ്ടക്ക സംഖ്യ)

ഈ രണ്ടക്കസംഖ്യയുടെ അക്കങ്ങളുടെ തുകയുടെ 3 ഇരട്ടിയാണീ സംഖ്യ. ഏതാണീ രണ്ടക്കസംഖ്യ?

ഉത്തരം:- 27

## ഗുണന ഭംഗി

| | | |
|---|---|---|
| 37 x 3 | = 111 | = 37 x 3 x 1 |
| 37 x 6 | = 222 | = 37 x 3 x 2 |
| 37 x 9 | = 333 | = 37 x 3 x 3 |
| 37 x 12 | = 444 | = 37 x 3 x 4 |
| 37 x 15 | = 555 | = 37 x 3 x 5 |
| 37 x 18 | = 666 | = 37 x 3 x 6 |
| 37 x 21 | = 777 | = 37 x 3 x 7 |
| 37 x 24 | = 888 | = 37 x 3 x 8 |
| 37 x 27 | = 999 | = 37 x 3 x 9 |

## റിഡിൽ 55

## (പൂർണ്ണ വർഗ്ഗം)

തിരിച്ചിട്ടു തുക കാണുമ്പോൾ പൂർണ്ണവർഗ്ഗമാകുന്ന ഒരു രണ്ട ക്കസംഖ്യയാണ് 29. കാരണം $29 + 92 = 121 = 11^2$ ഇതുപോലെ മറ്റു രണ്ടക്കസംഖ്യകൾ കണ്ടുപിടിക്കുക.

ഉത്തരം:- ഇതാ മറ്റുചിലവ കൂടി. 38, 47, 56. കാരണം

(i)   $38 + 83 = 121$   $= 11 \text{ x } 11$

(ii)  $47 + 74 = 121$   $= 11 \text{ x } 11$

(iii) $56 + 65 = 121$   $= 11 \text{ x } 11$

ഇനിയും കണ്ടെത്താമോ എന്നും ശ്രമിച്ചു നോക്കൂ.

## റിഡിൽ 56

## (മുപ്പത്)

ഗണിതക്രിയകൾ ഉപയോഗിച്ച് ഒരേ മൂന്ന് അക്കംകൊണ്ട് 30 എഴുതുക.

ഉത്തരം:-  (i) $6 \text{ x } 6 - 6 = 30$

(ii) $5 \text{ x } 5 + 5 = 30$

(iii) $33 - 3 = 30$
(iv) $3^3 + 3 = 30$

## സംഭവ കഥ?

ജർമ്മൻ തത്ത്വചിന്തകനും ഗണിതജ്ഞനും ആണ് ലൈബ്നിറ്റ്സ് (1646 – 1716). പ്രശസ്തനായ ശില്പി ഉണ്ടാക്കിയ അദ്ദേഹത്തിന്റെ അർദ്ധകായപ്രതിമ കൂട്ടുകാർ ലൈബ്നിറ്റ്സിന്റെ ജന്മനാളിൽ സമ്മാനമായി കൊടുത്തു. നിർന്നിമേഷനായി തന്റെ പ്രതിമ കുറേനേരം തറപ്പിച്ചു നോക്കിക്കൊണ്ട് അദ്ദേഹം എല്ലാവരും കേൾക്കെ ഉറക്കെ ഇങ്ങനെ പറഞ്ഞു:-

"ഓഹോ അപ്പോൾ ഇതാണല്ലേ ഞാൻ ദിവസവും ഷേവ് ചെയ്യുന്ന മുഖം?"

## റിഡിൽ 57
## (അഭാജ്യ വർഷം)

ഇരുപതാം നൂറ്റാണ്ടിലെ വർഷമായ 1951 അഭാജ്യ സംഖ്യയാണ്. ഈ നൂറ്റാണ്ടിൽ അഭാജ്യസംഖ്യയായ മറ്റ് വർഷങ്ങൾ?

ഉത്തരം:- 1973, 1979, 1987, 1993 ഇവയും ഈ ഇനത്തിൽ പെടും. ഇത്തരം മറ്റുദാഹരണങ്ങൾ കണ്ടെത്താമോ?

## ചിരിയോ ചിരി

*സിനിമാലോകത്തെ നിർമ്മാതാവും നടനും സംവിധായ കനും ആയ ചാർളിചാപ്ലിൻ, ഐൻസ്റ്റീനോട് ഇങ്ങനെ പറഞ്ഞു: "ഞാൻ പറയുന്നത് എല്ലാം മനസ്സിലാക്കിക്കൊണ്ടാണ് ജനം എന്നെ കേട്ടും നോക്കിയും കൈയടിച്ചാർത്തു രസിക്കുന്നത്. ഒരു ക്ഷരംപോലും ആർക്കും മനസ്സിലാകാത്തതിനാൽ താങ്കൾ പറ യുന്നതുകേട്ടും അവർ ആർത്തു രസിക്കുന്നു."*

## റിഡിൽ 58
## (തലകുത്തനെ)

രണ്ടക്കസംഖ്യയുടെ വർഗ്ഗമായ ഒരു മൂന്നക്കസംഖ്യയുണ്ട്.

ഈ മൂന്നക്കസംഖ്യ തലകുത്തനെ ഇട്ടാൽ അത് മറ്റൊരു രണ്ടക്കസംഖ്യ യുടെ വർഗ്ഗവും ആണ്. ഈ വിശിഷ്ട സംഖ്യ ഏതെന്ന് കണ്ടുപിടി ക്കാമോ?

ഉത്തരം:- 196.

$196 = 14^2$

196 തലതിരിച്ചിട്ടാൽ 961. പക്ഷേ,

$961 = 31^2$

## കപ്പും നേരമ്പോക്കും

.............. "മുന്നിലെ കപ്പിൽ അരകപ്പ് ചായ ഉള്ള അവസ്ഥ."

ശുഭാപ്തി വിശ്വാസിക്ക് ഇത് 'കപ്പ് പകുതി നിറഞ്ഞതാണ്' എന്നും

അശുഭാപ്തി വിശ്വാസിക്ക് ഇത് 'കപ്പ് പകുതി ശൂന്യമാണ്' എന്നും

ഗണിതജ്ഞന് ഇത് 'കപ്പ് ആവശ്യമായതിന്റെ ഇരട്ടി വലുപ്പ ത്തിൽ ആണ്' എന്നും തോന്നും.

## റിഡിൽ 59

## (ക്രമം മാറ്റിയാൽ)

ഇത് രണ്ടക്ക സംഖ്യകളാണ്. ആദ്യ രണ്ടക്കസംഖ്യയുടെ ക്രമം മാറ്റിയാൽ രണ്ടാമത്തെ 'രണ്ടക്ക' സംഖ്യ കിട്ടും. ഈ രണ്ടു സംഖ്യക ളുടെ വ്യത്യാസം 54. ഈ സംഖ്യകൾ ഏത്?

ഉത്തരം:- 3 സെറ്റ് ഉദാഹരണങ്ങൾ ഇതാ.

(i) 71, 17 (ii) 82, 28 (iii) 93, 39

ഒരു രസത്തിന് ഇത്തരക്കാർ ഇനിയും ഉണ്ടോ എന്നും തിരഞ്ഞു നോക്കൂ!

## നേരമ്പോക്ക്

ജർമ്മൻ ഗണിതജ്ഞൻ കുമ്മർ (1810 – 1893) പ്രശസ്തനാ ണെങ്കിലും വളരെ ലളിത അങ്കഗണിത ക്രിയാഫലങ്ങളിൽ എന്നും സംശയം ആണ്. ശരി ഉത്തരത്തിന് പലപ്പോഴും ക്ലാസി ലെ കുട്ടികളുടെ സഹായം തേടും. അത്തരമൊരു നേരമ്പോക്ക് കഥ.

കുമ്മർ:- "ഏഴു തവണ ഒമ്പത് .............?"

കുസൃതിക്കുട്ടിയുടെ മറുപടി:- '61'

കുമ്മർ 61 എന്ന ഈ ഉത്തരം ബോർഡിൽ എഴുതിയിട്ടു.

ഉടൻ മറ്റൊരു ഉത്തരം ക്ലാസിൽനിന്ന്:- 61 അല്ല 69 ആണ് സർ

കുമ്മർ ഈ ഉത്തരവും ബോർഡിൽ എഴുതിയിട്ടു. ബോർഡിൽ നോക്കി അല്പനേരം ആലോചിച്ച് കുട്ടികളോടായി "രണ്ടുത്തരവും ശരി ആവില്ലല്ലോ. ഏതെങ്കിലും ഒന്നേ ശരിയാവൂ. ഇതിൽ അത് ഏതെന്നു പറയൂ."

## റിഡിൽ 60

## (ഒറ്റ സംഖ്യകൾ ഏത്)

തുടർച്ചയായി 4 ഒറ്റ സംഖ്യകളുടെ തുക 80. ആ ഒറ്റസംഖ്യ കൾ ഏത്?

ഉത്തരം:- 17, 19, 21, 23 ആണീ ഒറ്റ സംഖ്യകൾ

$$17 + 19 + 21 + 23 = 80$$

## റിഡിൽ 61

## (ആ രണ്ടക്കസംഖ്യ?)

താരതമ്യേന എളുപ്പമാണിത്. ഒരേസമയം 'വർഗ്ഗ'വും 'ഘാത'വും (ക്യൂബ്) ആകുന്ന രണ്ടക്ക സംഖ്യ ഏത്?

ഉത്തരം:- 64

കാരണം : $64 = 8^2 = 4^3$

## കുളിമുറി ഗണിതം

ഗണിതചരിത്രത്തിൽ ഏറ്റവും മികച്ച ഗണിതജ്ഞയാണ് ജർമ്മൻ വനിത എമ്മി നോഥർ (1882 – 1935) എന്നു വിലയി രുത്തിയത് ആൽബർട്ട് ഐൻസ്റ്റീൻ ആണ്. 1915 ൽ അവർ ഗോട്ടിങ്ഹാം സർവ്വകലാശാലയിലെ കോൺഫറൻസിൽ പങ്കെടുക്കുവാൻ എത്തി. വേദി അവിടത്തെ സെനറ്റ് ഹാൾ തന്നെ. സ്ത്രീകൾ സെനറ്റ് ഹാളിൽ പ്രവേശിക്കരുത് എന്ന നിബന്ധന ചൂണ്ടിക്കാണിച്ച് എമ്മിക്ക് അവിടെ പ്രവേശനം നിഷേധിച്ചു.

വാർത്തകേട്ട് ഹിൽബർട്ട് ഇങ്ങനെ പ്രതിഷേധിച്ചു:-

ഒരു സ്ത്രീ സെനറ്റ് ഹാളിൽ കയറുന്നതുകൊണ്ട് ഒരു കുഴപ്പവും ഉണ്ടാകാൻ പോകുന്നില്ല. സെനറ്റ് കുളക്കടവ് അല്ലല്ലോ.

## റിഡിൽ 62
### (വിഭജനം)

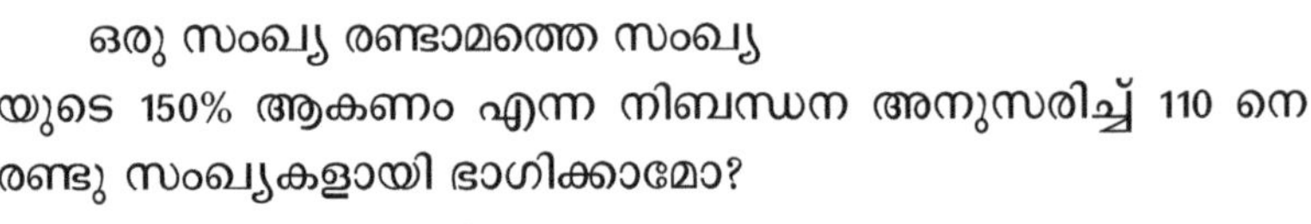

ഒരു സംഖ്യ രണ്ടാമത്തെ സംഖ്യ യുടെ 150% ആകണം എന്ന നിബന്ധന അനുസരിച്ച് 110 നെ രണ്ടു സംഖ്യകളായി ഭാഗിക്കാമോ?

ഉത്തരം:- 44 ഉം 66 ഉം

## മറ്റൊരു തെളിവ്

ഗണിതസമ്മേളനത്തിൽ ഗണിതജ്ഞൻ ഒരു പ്രമേയം തെളിയിച്ചു. സദസ്സിൽ നിന്നൊരാൾ സംസാരത്തിൽ ഇടപെട്ട് ഇങ്ങനെ അഭി പ്രായപ്രകടനം നടത്തി.

"ഈ ഉപപത്തി തെറ്റായിരിക്കാനേ വഴിയുള്ളൂ."

സ്റ്റേജിൽനിന്ന് അവതാരകനായ നമ്മുടെ ഗണിതജ്ഞന്റെ പെട്ടെന്നുള്ള മറുപടി വന്നു:-

"ഞാൻ അതൊരു പ്രശ്നമാക്കുന്നില്ല. എന്റെ പക്കൽ ഇതിന് മറ്റൊരു ഉപപത്തികൂടി ഉണ്ട്."

## റിഡിൽ 63
### (ആ അഞ്ചക്കസംഖ്യ?)

താഴെപ്പറയുന്ന ഗുണധർമ്മങ്ങളോടുകൂടിയ 5 അക്ക സംഖ്യ കണ്ടുപിടിക്കുക. ഈ അഞ്ചക്കസംഖ്യയുടെ ആദ്യം 1 ചേർത്താൽ കിട്ടുന്നത് അവസാനം 1 ചേർത്താൽ കിട്ടുന്നതിന്റെ മൂന്നിൽ ഒന്നായിരി ക്കും. ഈ അഞ്ചക്ക സംഖ്യ ഏത്?

ഉത്തരം:- 42857

അന്നേരം:- 142857 = 428571

## വരവളച്ചാൽ മതി

ജ്യാമട്രിയിലെ ആ ചോദ്യത്തിനുത്തരം വിദ്യാർത്ഥി ഇങ്ങനെ കുറിച്ചിട്ടു:-

## സമാന്തരരേഖകൾ കൂട്ടിമുട്ടും

സമാന്തര രേഖകൾ ഇരുവശത്തേക്കും എത്രകണ്ടു നീട്ടി യാലും കൂട്ടിമുട്ടില്ല എന്നാണല്ലോ ജ്യാമിതിയിലെ അതിപ്രശസ്ത അലിഖിത നിയമം.

ഇപ്പറഞ്ഞതിൽ ഒരു തിരുത്ത്

വരകൾ നീട്ടുമ്പോൾ അവ വളയാതിരിക്കാൻ പ്രത്യേകം ശ്രദ്ധിക്കണം......

'രണ്ടുസമാന്തര രേഖകൾ കൂട്ടിമുട്ടുവാൻ ഒന്നോ അല്ലെങ്കിൽ രണ്ടും വളയ്ക്കുകയാണ് പോംവഴി'.

## റിഡിൽ 64
## (തുടരൽ)

കൂട്ടിയാൽ 220 കിട്ടത്തക്കവിധം 4 തുടർ അഭാജ്യ സംഖ്യകൾ കണ്ടെത്തുക.

ഉത്തരം:- $47 + 53 + 59 + 61 = 220$

## സംഖ്യ, സംഖ്യാങ്കം

എണ്ണുവാനും അളക്കുവാനും ഉപയോഗിക്കുന്ന ഗണിത വസ്തുവാണ് സംഖ്യ. സംഖ്യയെ പ്രതിനിധാനം ചെയ്യുന്ന അങ്കനപ്രതീകമാണ് സംഖ്യാങ്കം. സാധാരണ ഉപയോഗത്തിൽ സംഖ്യ എന്ന പദം അമൂർത്ത വസ്തുവിനും പ്രതീകത്തിനും ഉപയോഗിക്കും. സംഖ്യ ഒരു ആശയം ആണ്. അത് നാം എങ്ങനെ എഴുതുന്നു എന്നതാണ് സംഖ്യാങ്കം.

സംഖ്യാങ്കങ്ങൾ ഉണ്ടാക്കുവാൻ ഉപയോഗിക്കുന്ന ഒരു പ്രതീകം ആണ് അക്കം. 0, 1, 2, 3, 4, 5, 6, 7, 8, 9 ഇവയാണ് നിത്യജീവിതത്തിൽ പ്രയോഗിക്കുന്ന 10 അക്കങ്ങൾ. നമുക്ക് 10 വിരലുകൾ ഉണ്ട് എന്ന ആശയത്തിൽ നിന്നാണ് 'അക്കം' എന്ന വാക്കിന്റെ രൂപീകരണം. അക്കം സംഖ്യയിലെ ഒരു പ്രത്യേക

സ്ഥാനം നിർണ്ണയിക്കുന്നു. ഉദാഹരണമായി 174 ലെ രണ്ടാമത്തെ അക്കമാണ് '7'. 174 ലെ മൂന്നാമത്തെ അക്കം '4'. സംഖ്യാങ്കം 9 'ഒരു' അക്കം ('9') ഉണ്ടാക്കുന്നതാണ്.

## റിഡിൽ 65
### (തലതിരിച്ച വായന)

ഒരു രണ്ടക്കസംഖ്യ ഇടത്തുനിന്ന് വലത്തോട്ടുവായിച്ചാൽ ഇതേസംഖ്യതന്നെ വലത്തുനിന്ന് ഇടത്തോട്ടു വായിക്കുമ്പോൾ കിട്ടുന്ന സംഖ്യയുടെ 4.5 തവണ കുറവാണ്. എങ്കിൽ ഈ രണ്ടക്കസംഖ്യ ഏത്?

ഉത്തരം:- 18

കാരണം $18 \times 4.5 = 81$ (സംഖ്യ 18 വലത്തുനിന്ന് ഇടത്തോ ട്ടുവായിച്ചാൽ കിട്ടുന്നതാണല്ലോ 81).

## റിഡിൽ 66
### (ആ സംഖ്യ ഏത്)

ഇവിടെ കാണാതായ സംഖ്യ ഏത്?

| 1 | 2 | 3 | 4 | 5 |
|---|---|---|---|---|
| 1 | 3 | 7 | 15 | 31 |

1  4  13  40  121
1  5  21  85  ???
ഉത്തരം:- 341

## റിഡിൽ 67
## (സംഖ്യ കാണൽ)

താഴെക്കൊടുക്കുന്ന നിബന്ധനകൾക്കുവിധേയമായി സംഖ്യ കാണുക:-

1) ഈ ആറക്കസംഖ്യയിലെ അക്കങ്ങളുടെ തുക 43

2) ഇതൊരു പൂർണ്ണവർഗ്ഗമാണ്

3) ഈ സംഖ്യ 5,00,000 നു താഴെയാണ്.

ഉത്തരം:-  499,849

1)  $4 + 9 + 9 + 8 + 4 + 9 = 43$

2)  $499, 849 = 707^2$

## നീതിനിഷേധം

അദ്ധ്യാപകൻ (ക്ലാസിൽ):-  $1 + 1 = 2; 2 + 2 = 4$  എന്നും നമുക്കറിയാം അന്നേരം $4 + 4$ എത്ര?

ഒരു കുട്ടി:- മാഷേ ഇതെന്തു നീതി. എളുപ്പമുള്ള ചോദ്യം മാഷ്ക്ക്. പ്രയാസമുള്ളത് ഞങ്ങൾക്കും അല്ലേ?

## റിഡിൽ 68
## (ഏത് സംഖ്യ?)

77, 49, 36, 18, ...... എന്ന ശ്രേണിയിലെ അടുത്ത സംഖ്യ?

ഉത്തരം:- 8

ഇങ്ങനെ:- രണ്ടാമത്തെ സംഖ്യ 49 (തൊട്ടുമുന്നിലുള്ള സംഖ്യയിലെ അക്കങ്ങളുടെ ഗുണിതം $7 \times 7 = 49$)

മൂന്നാമത്തെ സംഖ്യ 36 (തൊട്ടുമുന്നിലുള്ള സംഖ്യയിലെ അക്കങ്ങളുടെ ഗുണിതം $4 \times 9 = 36$)

നാലാമത്തെ സംഖ്യ 18 (തൊട്ടുമുന്നിലുള്ള സംഖ്യയിലെ അക്കങ്ങളുടെ ഗുണിതം $3 \times 6 = 18$)

അന്നേരം 18 കഴിഞ്ഞാൽ വരുന്ന സംഖ്യ $1 \times 8 = 8$

## ഏറ്റാദ്യം " "

അവൻ മിടുക്കനും ബുദ്ധിമാനും ഒക്കെയാണ്. ചിലപ്പോൾ മാത്രം ഭോഷത്തം പറയും മണ്ടത്തരം ചെയ്യും. യുക്തിഹീനനായ വിദ്യാർത്ഥി. അവന്റെ അത്തരമൊരു ഭ്രാന്തൻ ചിന്ത:-

ഏത് 'ഒന്ന്' ആണ് ആദ്യം എഴുതേണ്ടത് എന്ന സംശയം കൊണ്ട് ആ കുട്ടി 11 എന്ന സംഖ്യ എഴുതുവാൻ ഭയക്കുന്നു.

## റിഡിൽ 69
## (അവസാന റിഡിൽ)

ഇംഗ്ലീഷ് ഭാഷയിൽ നാം സാധാരണ ഉപയോഗിക്കുന്ന ഏത് പദം ആണ് ഒരു നാഴിക (mile) യിൽ അധികം നീളമുള്ളത്?

ഉത്തരം:- SMILES - ഈ പദത്തിലെ ആദ്യത്തെയും അവസാനത്തെയും അക്ഷരങ്ങൾ തമ്മിലുള്ള ദൈർഘ്യം ഒരു MILE.

## അവസാന നേരമ്പോക്ക്

എന്തെങ്കിലും പ്രവൃത്തി ചെയ്യുവാൻ കഴിവുള്ളവൻ ആ ജോലിക്കു പോകും അതു ചെയ്യും. ഒരു പണിയും അറിയാത്തവൻ ഉപജീവനത്തിനായി അദ്ധ്യാപകൻ ആകും, പഠിപ്പിക്കും എന്ന് ബർണാർഡ് ഷാ (1856 - 1950) ഒരിക്കൽ പറഞ്ഞു.

## ബർണാഡ് ഷാ ഇപ്പറഞ്ഞതും പറഞ്ഞു

• ഒരേ ഭാഷകൊണ്ടു വിഭജിക്കപ്പെട്ട രണ്ട് രാജ്യങ്ങളാണ് ഇംഗ്ലണ്ടും അമേരിക്കയും

• വിലാസമില്ലാത്തവൻ തെണ്ടി (അലഞ്ഞുതിരിഞ്ഞു നടക്കുന്നവൻ)യും രണ്ട് വിലാസമുള്ളവൻ സ്ത്രീലമ്പടനും ആണ്

• പ്രലോഭിപ്പിക്കപ്പെട്ട പകർച്ചവ്യാധിയാണ് ഫാഷൻ

• ഒന്നും ചെയ്യാതെയുള്ള ഒരു ജീവിതത്തേക്കാൾ എത്രയോ ഉപകാരപ്രദവും ശ്രേഷ്ഠവുമാണ് തെറ്റുകൾ പറ്റുന്ന, പ്രവർത്തിക്കുന്ന ജീവിതരീതി

• പലപ്പോഴും ഞാൻ എന്നെത്തന്നെ ഉദ്ധരിക്കാറുണ്ട്. അതെന്റെ സംഭാഷണത്തിന് ചാരുത ഉണ്ടാക്കുന്നു.

• എല്ലാ സാമ്പത്തിക ശാസ്ത്രജ്ഞരെയും തൊട്ടുതൊട്ടു കിടത്തിയാലും അവർ ഒരു നിഗമനത്തിൽ എത്തിച്ചേരില്ല

• കഴിവില്ലാത്ത ഒരാൾക്ക് പ്രശസ്തനാകാനുള്ള ഏകവഴി രക്തസാക്ഷിത്വം വഹിക്കലാണ്

• ചിരിപ്പിക്കുന്ന ഏതൊന്നിന്റെയും ഉള്ളിൽ ഒരു സത്യം ഒളിഞ്ഞിരിപ്പുണ്ട്

## ചോദ്യോത്തര കുസൃതികൾ

1. ചോദ്യം:-സ്പർശക രേഖയോട് വൃത്തം പിറുപിറുത്തത് എന്താകാം?

ഉത്തരം:-ദയവു ചെയ്ത് എന്നെ തൊട്ടുരുമ്മാതിരിക്കൂ. ച്ചാൽ തൊടരുത്.

2. ചോദ്യം:- ഭിന്നിതം സരള രൂപത്തിൽ എഴുതുന്നത് മുഖത്ത് പൗഡർ പുരട്ടുന്നതുപോലെയാണ് എന്തുകൊണ്ട്?

ഉത്തരം:- മൂല്യം മാറാതെ സൗന്ദര്യം വർദ്ധിപ്പിക്കുന്ന തുകൊണ്ട്.

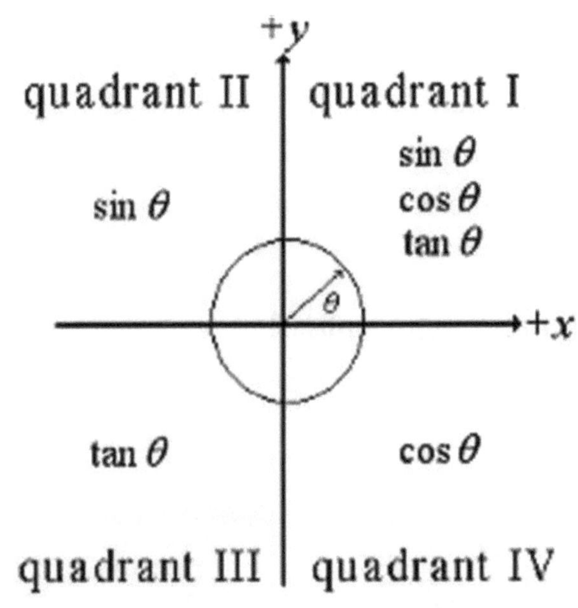


3. ചോദ്യം:- What is the square root of ab

ഉത്തരം:- absurd

4. ചോദ്യം:- കുട്ടികൾ സൽസ്വഭാവക്കാരാകുവാൻ ഒരു ഗണിതജ്ഞ എന്താണ് സാധാരണയായി പ്രയോഗിക്കാറ്?

ഉത്തരം:- ഞാൻ n തവണ പറഞ്ഞതല്ലേ? ഇതാ $n+1$- -ാ മത്തെ തവണയും പറയുന്നു.

# Math tells us three of the saddest love stories.

Tangent lines who had one chance to meet and then parted forever.

Parallel lines who were never meant to meet.

Asymptotes who can get closer and closer but will never be together.

5. ചോദ്യം:- 2 ന്റെ വർഗ്ഗമൂലം കണ്ടുപിടിക്കൽ പ്രശ്നവുമായി ഏറ്റുമുട്ടിയപ്പോൾ പൈത്തഗോറസ് എന്താകാം ചിന്തിച്ചത്?

   ഉത്തരം:- ഇതിനൊരു 'സയുക്തിക' മാർഗ്ഗം ഉണ്ടാവണം.

6. ചോദ്യം:- ഗണിത പരീക്ഷയിൽ അമീബ സാധാരണയായി തോറ്റുപിന്മാറുന്നു. എന്തുകൊണ്ട്?

   ഉത്തരം:-  വിഭജിക്കപ്പെടുമ്പോൾ അമീബ വർദ്ധിക്കുന്നു.

7. ചോദ്യം:-  8 രണ്ടായി വിഭജിക്കപ്പെട്ടാൽ?

   ഉത്തരം:- വിഭജനം കൈഷ്യതിജമായാൽ 0 (പൂജ്യം), കുത്തനെ ആയാൽ 3

8. ചോദ്യം:-  ഗണിതവിദ്യാർത്ഥികൾ  സ്വരക്ഷയ്ക്ക്  എന്ത് ഉപയോ ഗിക്കും?

   ഉത്തരം:- ബ്രാക്കറ്റുകൾ

9. ചോദ്യം:- പൂജ്യം 8 നോടു പറഞ്ഞ കിന്നാരം അറിയാമോ?

   ഉത്തരം:- ഹാ! ഒരു രസികൻ ബെൽറ്റ്

10. ചോദ്യം:– പാചകക്കാരൻ അതിഥികൾക്കു മാത്രമേ ഭക്ഷണം തയ്യാറാക്കൂ! അന്നേരം പാചകക്കാരന് ആര് ഭക്ഷണം ഉണ്ടാക്കി കൊടുക്കും? (ബർട്രാന്റ് റസ്സൽ തൊടുത്തുവിട്ട ശരമാണീ ചോദ്യം)

ഉത്തരം:– ശരം പിടിച്ചെടുക്കാൻ ശേഷിയുള്ളവർ പ്രതിക രിക്കുംവരെ പാവം നമ്മൾക്കു കാത്തിരിക്കാം.

Printed by Libri Plureos GmbH in Hamburg, Germany